केशवसुत : काव्य आणि कला

संपादक
वि. स. खांडेकर

मेहता पब्लिशिंग हाऊस

Please contact us at **Mehta Publishing House,** Pune 411030.
© +91 020-24476924 / 24460313 / Mob. No. 9545000513
Email : production@mehtapublishinghouse.com
Website : www.mehtapublishinghouse.com

KESHAVSUT : KAVYA ANI KALA Edited **by V.S. KHANDEKAR**

केशवसुत : काव्य आणि कला / समीक्षा

संपादक : वि. स. खांडेकर

Email : author@mehtapublishinghouse.com

प्रकाशक : सुनील अनिल मेहता, मेहता पब्लिशिंग हाऊस, १९४१, सदाशिव पेठ, पुणे – ३०.

मुद्रक : ट्रिनिटी अॅकॅडमी फॉर कॉर्पोरेट ट्रेनिंग लिमिटेड

प्रकाशनकाल : १९५६ / ऑगस्ट, १९९७ / जून, २००१ / पुनर्मुदण : मे, २०१४

मुखपृष्ठ : चंद्रमोहन कुलकर्णी

किंमत : ₹ २००

P Book ISBN 9788177662054
E Book ISBN 9789386342898
E Books available on : amazonkindle Apple Books Google Play Books

---

दोन शब्द

१९४५ साली 'आगरकर : व्यक्ती विचार' या पुस्तकाचे संपादन मी एका विशिष्ट हेतूने केले. आगरकरांच्या काही निवडक निबंधांच्या द्वारे त्यांच्या प्रभावी विचारसरणीचा आणि विविध साहित्यगुणांचा सर्वसामान्य वाचकाला परिचय करून देणे हा तो हेतू होता. लेखक जसजसा जुना होत जातो, तसतसे त्याच्याकडे कळत नकळत तरुण वाचकांचे दुर्लक्ष होण्याचा संभव निर्माण होतो. सर्वसामान्य वाचक वर्तमानकाळात रंगलेला असतो. त्यामुळे प्रचलित सामान्य वाङ्मयाशी त्याची जेवढी ओळख असते, तेवढी जुन्या असामान्य किंवा अभिजात साहित्याशी असू शकत नाही. असे साहित्य हे जणू काही शाळा-कॉलेजांच्या आवारात अभ्यासण्याचे साहित्य होय, अशी त्याची समजूत होऊन बसते.

ही स्थिती अनेक दृष्टींनी— विशेषत: सर्वसामान्य वाचकाची रसिकता, अभिरुची आणि सुसंस्कृतता वृद्धिंगत होण्याच्या दृष्टीने— अनिष्ट आहे, हे उघड आहे. नदीपासून दूर असलेली जमीन सुपीक करण्याचा उत्तम उपाय म्हणजे नदीचा कालवा तिच्यापर्यंत नेणे हाच होय. याच पद्धतीने जुने श्रेष्ठ साहित्य सामान्य वाचकांपर्यंत नेण्याचा प्रयत्न केला, तर ते त्याचे उत्सुकतेने स्वागत करतात, असा सर्वत्र अनुभव आहे. निरनिराळ्या वयाचे आणि दर्जाचे वाचक पुढे ठेवून इंग्रजीत अशाप्रकारचे प्रयत्न नित्य केले जातात. 'आगरकर : व्यक्ती आणि विचार' या पुस्तकाचे स्वागतही चांगल्या रीतीने झाले. म्हणून माझ्या काही आवडत्या ग्रंथकारांच्या निवडक साहित्याचे या पद्धतीने संपादन करण्याचे मी ठरविले. त्या संकल्पित पुस्तकांपैकी 'वा. म. जोशी : व्यक्ती आणि विचार' पुस्तक पूर्वीच प्रसिद्ध झाले आहे. आज 'केशवसुत : काव्य आणि कला' हे पुस्तक मी वाचकांना सादर करीत आहे.

केशवसुतांच्या कवितांपैकी ६५ निवडक कविता मी या पुस्तकात घेतल्या आहेत. त्या घेताना काही थोड्या कवितांत सरसतेच्या दृष्टीने संक्षेप केला आहे. केवळ काव्यगुणांकडे लक्ष देऊन निवड केली असती, तर या कवितांपैकी आणखीही

काही कविता गाळाव्या लागल्या असत्या. पण केशवसुतांनी मराठी कवितेला नवीन वळण लावताना जे विविध प्रयोग केले, त्यांची तरुण वाचकांना नीट कल्पना यावी, म्हणून काव्यगुणांच्या दृष्टीने मध्यम असलेल्या काही कवितांचा मी या पुस्तकात समावेश केला आहे. काळासारखा कठोर, पण रसिक व नि:पक्षपाती टीकाकार जगात दुसरा कोणी नाही. पुढील दोन-तीन पिढ्यांत या कविता तो आपल्या चाळणीतून पुन:पुन्हा चाळीत जाईल आणि शेवटी केशवसुतांच्या पंधरा-वीस निवडक कविताच महाराष्ट्रशारदेच्या अमर भांडारात जमा होतील. त्याबद्दल खेद करण्याचे कारण नाही. 'Elegy' या एका कवितेने ग्रे इंग्रजी काव्यवाङ्मयात अमर झालाच आहे की नाही?

पण अजून आपण केशवसुतांच्या काळाच्या जवळ आहो. गेल्या तपात मराठी कवितेला लागलेले नवे वळण समाजाच्या पचनी पूर्णपणे पडलेले नाही. खुद्द केशवसुतही शाळा-कॉलेजांच्या आणि साहित्यप्रेमी रसिकांच्या व टीकाकारांच्या बाहेर फारसे अभ्यासिले गेलेले नाहीत. म्हणून सामान्यत: ज्या सर्वांना आवडू शकतील व ज्या केशवसुतांचे प्रतिनिधित्व चांगल्या रीतीने करू शकतील, अशा कविता मी या संग्रहात निवडल्या आहेत.

स्वातंत्र्य-प्राप्तीनंतर समाजात एक नवे सांस्कृतिक पुनरुत्थान होत आहे. ते यशस्वी व सर्वस्पर्शी व्हायचे असेल, तर तुकोबांच्या निवडक अभंगांप्रमाणे केशवसुतांच्या निवडक कविताही खेड्यापाड्यापर्यंत पोहोचल्या पाहिजेत. 'जे कां रंजले गांजले'पासून जसा एक प्रकारचा आनंद सर्व मराठी माणसे तीन शतके लुटीत आली आहेत, तसा 'नव्या मनूंतिल नव्या दमाचा शूर शिपाई आहें' यातील आनंदही आता सर्वांना मनसोक्त घ्यायला मिळाला पाहिजे.

सर्वसामान्य वाचकांपर्यंत हे पुस्तक आज ना उद्या जावे, अशी माझी इच्छा आहे. केशवसुतांच्या कवितेतील रस त्याचा त्याला चाखता यावा, म्हणून मी या पुस्तकाला विस्तृत प्रास्ताविक लिहिले आहे. शेवटी आवश्यक टीपा दिल्या आहेत. केशवसुत मला जसे दिसले, तसे त्यांचे- त्यांच्या कलेचे आणि त्यांच्या अंतरंगाचे- चित्र मी काढले आहे. ते फार अपुरे असण्याचा संभव आहे. पण त्यांची कविता मराठी मनाला व मराठी जीवनाला सदैव आनंद आणि प्रेरणा देत राहील, अशी माझी खात्री आहे. ती दीपज्योती नाही; ती चांदणी आहे.

कोल्हापूर **वि. स. खांडेकर**

१५-८-५६

अनुक्रमणिका

प्रास्ताविक

'केशवसुत' या नावाशी माझा पहिला परिचय १९११ साली झाला. त्या वेळी मी इंग्रजी पाचवीत (सध्याच्या नववीत) होतो. पुण्यात शिकत असलेला माझा एक बालमित्र सुट्टीत घरी आला होता. त्याची पुस्तके चाळता चाळता मला 'काव्यदोहन' हा विविध कवितांचा संग्रह मिळाला. त्यात केशवसुतांची 'तुतारी' ही कविता मी वाचली. याच वेळी त्यांची 'सिंहावलोकन' ही कविताही माझ्या वाचनात आली. पुष्कळ दिवस मी जे शोधीत होतो, ते सापडले असे मला वाटले. काव्य ऐकण्याची आणि गुणगुणण्याची मला लहानपणापासून आवड होती. पण मराठी शाळेत 'आई, थोर तुझे उपकार' आणि 'एका लहान काळ्या मुंगीला गवसला बहू थोर' या कविता पाठ करताना यात काहीतरी कमी आहे- मीठ कमी असलेल्या आमटीसारखे हे काव्य आहे- असे मला नेहमी वाटे. 'मधुर किती कुसुमगंध सुटला', 'मूर्तिमंत भीति उभी मजसमोर राहिली', 'पुनरपि नयनां ती तनुलतिका गोचर होइल कां?' अशा ओळींनी प्रारंभ होणारी नाटकांतली पदे त्या वेळी सकाळ-संध्याकाळ माझ्या कानांवर पडत असत. ती ऐकून माझ्या बालमनाला वाटे- खरे काव्य या पदांतच दिसते. मग ही पदे सोडून काळ्या मुंगीची कविता मास्तर आपल्याला का शिकवितात?

इंग्रजी शाळेत पाऊल टाकण्याच्या सुमारास माझी ही समजूत थोडीशी बदलली. वामन-मोरोपंतांच्या अर्थपूर्ण प्रौढ काव्याने मला आकृष्ट केले. 'वनी खेळती बाळ ते बल्लवांचे । तुरे खोविती मस्तकीं पल्लवांचे' आणि 'तेव्हां गेला होता कोठें, राधासुता, तुझा धर्म?' हे चरण असलेले त्या त्या कवितांचे भाग मी वारंवार स्वत:शीच गुणगुणू लागलो. ते गुणगुणताना मला मोठा आनंद होईल. काव्याचा आत्मा आपल्याला सापडला असे वाटे.

मात्र या दुधात अधूनमधून एखादा मिठाचा खडा कुठून तरी अचानक येऊन पडे. इंग्रजी दुसरीत परमेश्वराचे स्तोत्र गाता गाता 'तुझेंच जगदंड जें अखिल चित्त आकर्षितें' या ओळीशी अर्थासाठी कुस्ती करून मी कसा थकून गेलो, हे अजून मला आठवते. 'जगदंड' म्हणजे 'जग सुरळीत चालविण्यासाठी परमेश्वराने हातात घेतलेला दंड ऊर्फ काठी' असा अर्थ मी मनात लावीत होतो. आमच्या वर्गशिक्षकांच्या

टेबलावर नेहमी छडी पडलेली असे. ती त्यांची शाळेतली सहचारिणीच होती. एखादा प्रश्न विचारण्याकरिता ते वर्गात फिरू लागले, तरी हा राजदंड त्यांच्या हातात असे. त्यामुळे जगदंडाचा मी करीत असलेला अर्थ शंभर टक्के बरोबर आहे असे मला वाटत होते. पण आमच्या मास्तरांनी छडीचा प्रसाद देऊन, तो सर्वस्वी चुकीचा आहे, असे जेव्हा मला सांगितले आणि 'जगदंड' हा शब्द 'जगत् + अंड' असा बनलेला आहे, असे जेव्हा रागारागाने सुनावले, तेव्हा मी थक्कच झालो! काव्य कळायला पुष्कळ संस्कृत शिकले पाहिजे; संधी, समास वगैरे मंडळींशी स्नेह जोडला पाहिजे, काव्याचा अभ्यास शाब्दिक ज्ञानावर आणि बौद्धिक कसरतीवर अवलंबून आहे, अशी माझी नकळत समजूत होऊ लागली.

'नवनीत' व आधुनिक कवितांचे काही वेचे असलेला एक काव्यसंग्रह यांचा माझ्या पुढल्या अभ्यासक्रमात समावेश झाल्यामुळे ही समजूत फार दिवस टिकू शकली नाही. 'नवनीता'तील 'भरतभाव' आणि 'नल-दमयंतीस्वयंवर' यांच्यासारख्या प्रकरणांवरून किंवा तुकाराम-श्रीधरांच्या अभंग-ओव्यांवरून काव्याविषयीच्या माझ्या बालिश कल्पनांत पुष्कळ बदल घडून आला. मात्र १९१० साली इंग्रजी चौथ्या इयत्तेत थॉमस हूडची 'I remember, I remember' ही कविता वाचून ज्या आर्द्रतेने माझे मन व्यापून टाकले, तिचा अनुभव 'नवनीता'तील 'उद्धवा, शांतवन कर जा' हे गीत वाचताना तेवढा मला आला. अभ्यासक्रमात भेटणाऱ्या आणि आवडीमुळे वाचल्या जाणाऱ्या भिन्न भिन्न कवितांचे मनावर असे निरनिराळे परिणाम का होतात? ज्याला आपण काव्याचा आनंद म्हणतो, त्याचे प्रकार तरी किती आहेत? काव्य का वाचायचे? काव्य कशाला म्हणायचे? ते का? इत्यादी प्रश्नांचा नकळत माझे मन विचार करू लागले. याच वेळी 'मासिक मनोरंजना'त बालकवि, गोविंदाग्रज, रेंदाळकर प्रभृति कवींच्या कविता प्रसिद्ध व्हायला सुरुवात झाली. 'मनोरंजन' मी वाचीत असे, ते मुख्यत: त्यातल्या गोष्टींसाठी, पण हळूहळू गोष्टींच्या जोडीने त्यातील कविताही वाचण्याचा नाद मला लागला.

याच सुमारास 'तुतारी' आणि 'सिंहावलोकन' या दोन कविता माझ्या वाचनात आल्या. मी त्या वेळी तेरा-चौदा वर्षांचा होतो. माझे वडील जवळजवळ चार वर्षे अंथरुणाला खिळून नुकतेच दिवंगत झाले होते. वडिलांचा मला फार लळा होता. त्यांच्या चार वर्षांच्या आजारात माझ्या बालबुद्धीप्रमाणे त्यांची सेवा करण्याचा मी प्रयत्न केला होता. इंग्रजी चौथीत मला प्रथम शिष्यवृत्ती मिळाली. त्या शिष्यवृत्तीचे तीन रुपये- मी या जगात कमावलेले पहिले तीन रुपये- त्यांच्या हातात ठेवताना मला जो आनंद झाला होता आणि ते तीन रुपये पाहून त्यांच्या डोळ्यांनी मला जें वात्सल्ययुक्त प्रोत्साहन दिले होते, त्याची आठवण माझ्या मनात अजून कायम आहे. अशा वडिलांच्या चिरवियोगाने माझ्यासारखा तेरा-चौदा वर्षांचा मुलगा भिऊन

आणि भांबावून गेला नसता तरच नवल. मृत्यू आणि जन्म ही जुळी भावंडे आहेत, मरण ही जीवनातली एक क्रमप्राप्त घटना आहे हे आज मला कळते. पण त्यावेळी मृत्यूतले काव्य किंवा मृत्यूचे तत्त्वज्ञान जाणण्याच्या मन:स्थितीत मी नव्हतो. वडिलांच्या मृत्यूनंतर माझे कशात मन लागेना. जगायचे कशासाठी, हेही कळेना. अशावेळी 'तुतारी' माझ्या वाचनात आली.

'प्राप्तकाल हा विशाल भूधर!
सुंदर लेणीं तयांत खोदा'

या तिच्यातल्या ओळींनी माझ्यापुढे एक अपूर्व स्वप्न उभे केले, मला अभूतपूर्व धीर दिला. त्या दिवसांत ते कडवे मी स्वत:शीच किती वेळा म्हटले असेल कुणाला ठाऊक! सांगलीतले त्या वेळचे वातावरण अतिशय सनातनी होते. त्या वातावरणाविरुद्ध माझे बालमन- आपल्या दुर्बळ पद्धतीने का होईना- नेहमी बंड करून उठत असे. 'तुतारी'तल्या सामाजिक क्रांतीच्या संदेशाने माझ्या त्या बंडखोरपणाला एक प्रकारचा अनामिक चेव आणला. माझ्या मनाच्या ज्योतीला चढलेली काजळी तिने झाडून टाकली.

'सिंहावलोकन' या केशवसुतांच्या दुसऱ्या कवितेचाही माझ्या मनावर परिणाम झाला. मात्र तो 'तुतारी'पेक्षा अगदी निराळा होता. त्या कवितेने माझे मानसिक शुद्धीकरण केले. वडिलांच्या आजारात मी त्यांची सेवा केली होती खरी; पण त्यांच्या चार वर्षांच्या दुखण्यात असे अनेक प्रसंग आले होते, की कुठल्या ना कुठल्या मोहाला बळी पडून मी त्यांच्या सेवेत चुकारतट्टूपणा केला होता. रविवारी आमचे क्रिकेटचे सामने असत. क्रिकेटमध्ये माझी विशेष गती होती असे नाही. पण या खेळाचे मला त्यावेळी विलक्षण वेड होते. नाटके-कादंबऱ्यांचे वाचन हे दुसरे वेड. या दोन्ही वेडांपायी वडिलांच्या सेवेत माझ्या हातून वारंवार कसूर होत असे. प्रत्येक वेळी ती चूक माझ्या लक्षात येई. ती पुन्हा होऊ द्यायची नाही, असा मी मनाशी निश्चय करी आणि पुन्हा प्रत्येक वेळी मन न आवरता आल्यामुळे ती चूक माझ्या हातून होऊन जाई. 'सिंहावलोकन' ही कविता वाचताना हे सारे मला अतिशय तीव्रतेने जाणवले. मनोमन मी वडिलांची क्षमा मागितली. त्या कवितेने जणूकाही माझे दु:ख कमी केले.

या दोन कवितांमुळे केशवसुतांविषयी मला मोठे कुतूहल उत्पन्न झाले. त्यांच्या कविता मी शोधू लागलो. कुठल्या तरी शालेय काव्यसंग्रहात त्यांची एखाद-दुसरी कविता मिळे. पण तिने माझी भूक शांत होत नसे. उलट ती प्रज्वलितच होई. ती तृप्त करण्याचे साधन मात्र मला कुठेच मिळेना.

१९१३ साली एके दिवशी संध्याकाळी मी सांगलीच्या नगरवाचनालयात

'मनोरंजना'चा एक अंक चाळीत बसलो होतो. 'केशवसुत कसले मेले?' ही गोविंदाग्रजांची कविता त्या अंकात मला दिसली. केशवसुतांच्या अनेक कवितांची नावे गडकऱ्यांनी या कवितेत चातुर्याने गुंफली आहेत. ती मी मोठ्या उत्सुकतेने पुन:पुन्हा वाचली. 'भृंग', 'म्हातारी', 'निशाण'- त्या रात्री या प्रत्येक कवितेत कोणकोणत्या सुंदर कल्पना असतील, याचा कितीतरी वेळ विचार करीत मी अंथरुणावर पडलो होतो. 'म्हातारी' ही एखाद्या म्हाताऱ्या बाईवरील कविता असावी, असाही तर्क मी लढविला. कविता फक्त सुंदर व तरुण स्त्रियांवर करायची असते, या माझ्या कल्पनेला त्या तर्काने मोठा धक्का दिला.

१९१४ साली फर्ग्युसन कॉलेजात दाखल झाल्यावर तो तर्क किती चुकीचा होता हे कळून माझे मलाच हसू आले. कै. वासुदेव बळवंत पटवर्धन हे आम्हा प्रथम वर्षाच्या विद्यार्थ्यांना इंग्रजी काव्य शिकवीत असत. एकदा त्यांचा तास चालू असताना एक म्हातारी वाऱ्यावरून तरंगत आमच्या वर्गात प्रवेश करती झाली. तिला फुंकून बाहेर घालवून देण्याची मुले धडपड करू लागली. पण ती गिरक्या घेत आणि एखाद्या विमानाप्रमाणे खाली-वर होत वर्गातच याच्या डोक्यावरून त्याच्या डोक्यावर फिरत राहिली. स्मित करीत पटवर्धनांनी ही क्षुद्र वस्तू एका थोर मराठी कवीच्या- केशवसुतांच्या- एका सुंदर कवितेचा विषय कसा झाली आहे हे आम्हाला सुंदर रीतीने समजावून सांगितले. पटवर्धनांची काव्याचे मर्म समजावून देण्याची हातोटी असामान्य होती. केशवसुतांविषयी त्यांना वाटणारा आदर पाहून माझ्या मनातली संपूर्ण केशवसुत वाचण्याची इच्छा पुन्हा तीव्रतेने जागृत झाली.

पुढे लवकरच गडकऱ्यांशी परिचय होण्याचा सुयोग आला. माझे वाङ्मयप्रेम नकली आहे की अस्सल आहे हे पाहण्याकरिता त्यांनी माझी जी परीक्षा घेतली, तिच्यातला एक प्रश्न केशवसुतांविषयी होता. मी केशवसुत फारसा वाचलेला नाही, हे पाहताच त्यांनी एक वही माझ्यापुढे टाकली आणि ते म्हणाले,

''या कविता नीट वाच. एकदा वाचून कळल्या नाहीत तर दुसऱ्यांदा वाच. दुसऱ्यांदा वाचून कळल्या नाहीत तर तिसऱ्यांदा वाच आणि मग तुझी कविता लिहायची इच्छा शिल्लक राहते का पाहा.''

गडकऱ्यांनी दिलेली ती वही मी उचलली. मधेच उघडली. त्या पानावर 'माझा अंत' ही कविता होती. केशवसुतांच्या अनेक चांगल्या कविता गडकऱ्यांच्या या वहीतूनच मी प्रथम वाचल्या. त्या कवितांनी मला आनंद दिला, धीर दिला, उत्साह दिला. त्या कवितांच्या परिचयाने माझ्या रसिकतेचे क्षितिज विस्तारले. ही कविता माझ्या बौद्धिक आणि भावनात्मक जीवनातली एक आवडती आणि आवश्यक गोष्ट होऊन बसली. तिच्या परिचयाला आता चाळीस वर्षे होऊन गेली. पण तिच्याविषयी मला वाटणारी ओढ अजून कमी झाली नाही. सावंतवाडीजवळच्या डोंगरीवर

पावसात भिजत मेघश्याम शिरोडकरांसारख्या माझ्या मित्रांना मी ती समजावून सांगण्याचा प्रयत्न केला आहे, शिरोड्याच्या शाळेत वर्षानुवर्षं विद्यार्थ्यांमध्ये काव्याची गोडी उत्पन्न व्हावी म्हणून मी तिची मदत घेतली आहे, शिरोड्याहून जवळच असलेल्या आरवलीच्या वेळेवर ही कविता वाचीत मी अनेक घटका मोठ्या आनंदात घालविल्या आहेत. तिथे कानी पडणाऱ्या सागराच्या गंभीर संगीताचा माझ्या हातांत असलेल्या काव्याशी फार निकटचा संबंध आहे, असा भास मला कैक वेळा झाला आहे. त्या काव्याच्या मध्यस्थानी या थोर कवीचे जीवन, मन आणि अंत:करण जाणून घेण्याचा मी प्रयत्न केला आहे.

◆

२

असे प्रयत्न आपल्याकडे फारसे सफल होत नाहीत, हे मला ठाऊक आहे. त्याची अनेक कारणे आहेत. एक तर कलावंताची कृती आपल्यापुढे असते. त्या कृतीला प्रेरक झालेल्या त्याच्या आंतरिक व्यक्तित्वाची आपल्याला फारशी माहिती असत नाही. स्टेंडाल (Stendhal) सारख्या फ्रेंच कादंबरीकाराच्या संपूर्ण जीवनपटाचा धागा नि धागा उलगडून दाखविणारे पाचपाचशे पानांचे ग्रंथ इंग्रजीत सहज उपलब्ध होऊ शकतात. झ्वाइगसारखे रसज्ञ आणि मर्मज्ञ टीकाकार अशा कलावंतांच्या लेखनात त्यांचे जीवन कसे प्रतिबिंबित झाले आहे, याचे मोठ्या कुशलतेने विवरण करतात. पण आपल्याकडे कोणत्याही क्षेत्रातील मोठ्या माणसाच्या कार्याचा अभ्यास करण्याला लागणारा हा दृष्टिकोन सहसा अवलंबिला जात नाही, आणि त्याचा आश्रय करणारा एखादा अभ्यासक चुकून निघाला, तर त्याला आवश्यक ती साधने उपलब्ध होत नाहीत. अशा बाबतींत सत्यकथांपेक्षा भाकडकथाच जनमनाला अधिक जवळच्या वाटतात. कालिदास हा मूळचा एक अर्धवट मनुष्य- झाडाच्या फांदीवर बसून तीच कुऱ्हाडीने तोडणारा- पण सरस्वतीच्या कृपेने तो महाकवी झाला आणि तुकाराम विमानात बसून वैकुंठाला गेला. या रूढ समजुती झिडकारून टाकायला आपला समाज सहजासहजी सिद्ध होत नाही.

अशा स्थितीत केशवसुतांच्या मृत्यूला गतवर्षीच (७ नोव्हेंबर १९५५) पन्नास वर्षे झाली असली, तरी त्यांच्या चरित्राची साधने अगदी तुटपुंजी असावीत, त्यांना पाहिलेल्या गृहस्थांनी स्मरणाने काढलेल्या चित्राखेरीज त्यांचे दुसरे चित्र किंवा छायाचित्र उपलब्ध होऊ नये, त्यांच्या स्वभावाविषयी व जीवनक्रमाविषयी सविस्तर माहिती कुठेच मिळू नये, आणि जी थोडीशी माहिती मिळते, तिच्यातही थोडीशी विसंगती असावी, हे स्वाभाविकच आहे. अशा विसंगतीची एक-दोन उदाहरणे

देतो. वि. रा. जोशी यांची १८९१-९४ या वर्षांतली मुंबईतील आठवण अशी आहे :

'केशवसुत दिसण्यात नेहमी उदासीन व आपल्या नादात गर्क असत. काव्ये म्हणत, त्यावेळी त्यांच्या नजरेत तेज चमकू लागे.'

उलट, धारवाडला १९०४-१९०५ मध्ये त्यांचे सहकारी असलेले चित्रकला-शिक्षक ग. वि. मणेरीकर सांगतात,

'ते कविता रामरक्षेप्रमाणे म्हणत. त्यांच्या या म्हणण्याच्या पद्धतीमुळे परांजपे तालीममास्तर त्यांची थट्टा करीत असत.'

केशवसुतांच्या गंभीर, अबोल व उदास वृत्तीविषयी अनेकांनी उल्लेख केले आहेत. पण वि. श्री. करंदीकरांची आठवण अशी आहे :

'केशवसुत एरवी फार भिडस्त असत; पण मुलांशी बोलण्याची व त्यांच्या गमतीदार खोड्या करण्याची त्यांना आवड होती.'

करंदीकरांची ही माहिती लक्षात ठेवून केशवसुतांच्या काव्यसंग्रहाकडे वळले, तर मनाचा आणखी गोंधळ उडतो. कारण केशवसुतांच्या स्वभावाचे हे वैशिष्ट्य दर्शविणारी एकही कविता त्यात आढळत नाही. धारवाडला आपण दिलेल्या एका खोलीत बिऱ्हाड थाटून केशवसुत 'मजेत राहत होते' असे मणेरीकर सांगतात. यावरून पत्नी व मुले यांच्याशी समरस होण्याची आणि सामान्य परिस्थितीतही संसार साजरा करण्याची कला केशवसुतांनी अवगत होती, हे उघड होते. असे असून वात्सल्यभावना प्रकट करणारी एकही कविता त्यांच्या संग्रहात का आढळू नये? फक्त 'म्हातारी' कवितेच्या प्रारंभी तेवढा केशवसुतांनी आपल्या एका मुलीचा उल्लेख केला आहे. पण वात्सल्य हा काही त्या कवितेचा आत्मा नाही. कवीने पोटाशी धरलेली मुलगी 'म्हातारी' पाहून खिदळू लागते आणि तिला पकडण्याकरिता आपले हात नाचविते. ते पाहून कवीचे मन त्या 'म्हातारी'विषयी विचार करू लागते. ते सारे विचारतरंग गंभीरच आहेत.

केशवसुत ऊर्फ कृष्णाजी केशव दामले या व्यक्तीविषयी- तिच्या प्रतिभेने मराठी कवितेला नवीन वळण लावले असूनही- निश्चित व विपुल माहिती मिळणे किती कठीण आहे, हे यावरून दिसून येईल. जी माहिती उपलब्ध आहे ती एवढीच :

केशवसुतांचा जन्म मालगुंड (जि. रत्नागिरी) या गावी १५ मार्च १८६६ रोजी झाला. केशवसुतांचे वडील केशव विठ्ठल दामले यांना शेतीवाडीसारखे काही उत्पन्नाचे साधन नव्हते. पोट हातावर. पंधरा-सोळा वर्षांचे असतानाच ते प्राथमिक शिक्षक झाले. प्रथम त्यांना तीन रुपये पगार मिळत असे. हा पगार शेवटी तीस रुपयांपर्यंत चढला. त्या वेळच्या स्वस्ताईमुळे या पगारात केसोपंत दामले दहा

माणसांचा प्रपंच चालवू शकत. त्यांनी प्रकृतीच्या अस्वास्थ्यामुळे लवकरच पेन्शन घेतली आणि दापोली तालुक्यातील वळणे या गावी दामले-कुटुंब राहू लागले. हे विश्वनाथ नारायण मंडलिक यांचे खोती गाव होते. केसोपंत त्या खोतीची व्यवस्था पाहत असत.

वडिलांविषयी केशवसुतांच्या मनात मोठा प्रेमयुक्त पूज्यभाव होता. त्यांच्या करारी स्वभावाचे व कष्टांची तमा न करता गरिबीतही प्रपंच नीटनेटका करण्याच्या वृत्तीचे केशवसुतांच्या मनावर खोल संस्कार झाले असावेत. आपण शिकून सवरून लवकर मिळवते व्हावे आणि वडिलांचा भार हलका करावा, ही इच्छाही विद्यार्थिदशेत त्यांच्या मनात सतत तीव्रतेने वागत असावी. 'गोष्टी घराकडिल मी वदतां, गड्या रे' या कवितेतील पुढील दोन श्लोक या दृष्टीने संस्मरणीय आहेत.

डावीस हा बघ निरेखुनि एक माचा
निद्रिस्त त्यावरि पिता अति पूज्य माझा;
त्याचा खरोखर न मी क्षण पुत्र शोभें,
तो सर्वदा जरि म्हणे मज पुत्र लोभें!

तातास या बघुनिया हृदयांत खाते
होऊन हे हृदय विव्हळ सर्व जाते!
त्याच्या तरी पदयुगावरी या पडूनी
न्हाणू तयास मग का वद आसवांनी?

केशवसुतांचे पितृप्रेम, मातृप्रेम, पत्नीप्रेम आणि भावाबहिणीविषयी त्यांना वाटणारी माया या सर्व गोष्टी या कवितेत भावपूर्ण रीतीने प्रकट झाल्या आहेत. एवढेच नव्हे, तर ज्या वळणे गावी त्यांचे पुष्कळ दिवस गेले, त्याच्याविषयी सुद्धा कुटुंबातील एखाद्या व्यक्तीइतकीच त्यांना कशी आपुलकी वाटत असे, हे 'एक खेडें'सारख्या कवितेतून स्पष्टपणे दिसून येते.

केशवसुतांचे रूढीप्रमाणे चार-पाच इयत्तांचे शिक्षण वडिलांच्या हातांखालीच झाले. तत्कालीन रूढीप्रमाणे वयाच्या चौदा-पंधराव्या वर्षी त्यांना बोहल्यावर चढावे लागले. लग्नात त्यांची पत्नी सात-आठ वर्षांची होती. तिला रूपाची देणगी नव्हती; पण गुणांची होती. ती स्वभावाने अत्यंत गरीब, सालस व सरळ होती. त्या काळी होणारे बालविवाह हे एका प्रकारे बाहुलीच्या किंवा तुळशीच्या लग्नासारखेच असत. लग्नानंतर पाच-सहा वर्षे पतिपत्नींचा परिचय होणे अथवा त्यांच्यातील प्रेमभावना वाढीस लागणे या गोष्टींना तिथे अवसर नसे. लग्नानंतर थोडे दिवस खेड येथे शिकून सोळाव्या वर्षी पुढील इंग्रजी शिक्षणाकरिता केशवसुत बडोद्याला गेले. तिथे त्यांचे थोरले बंधू श्रीधरपंत नुकतेच प्राध्यापक झाले होते. पण केशवसुत

बडोद्याला आठ-दहा महिन्यांपेक्षा अधिक काळ राहू शकले नाहीत. श्रीधरपंत विषमज्वराने आजारी पडले आणि दुर्दैवाने त्या दुखण्यातच त्यांचा अंत झाला. मग बडोदे सोडून केशवसुत वर्धा येथे आपल्या मामांकडे पुढील शिक्षणाकरिता गेले. त्यावेळी वर्ध्याला इंग्रजी शिक्षणाची चांगली सोय नव्हती. म्हणून मामांनी त्यांना नागपूरला पाठविले. तिथेही ते पाच-सहा महिन्यांपेक्षा अधिक काळ राहू शकले नाहीत. तिथला कडक उन्हाळा त्यांना मानवेना.

मात्र १८८३ सालातील नागपूरचे हे अल्पकालीन वास्तव्य हवेच्या दृष्टीने केशवसुतांना जितके तापदायक झाले, तितकेच मानसिक विकासाच्या दृष्टीने ते लाभदायक ठरले. कवित्वाकडे ओढ घेणाऱ्या त्यांच्या मनाला समानशील असे दोन स्नेही तिथे मिळाले. पहिले नारायण वामन टिळक (हे पुढे केशवसुतांइतकेच प्रसिद्ध कवी व आधुनिक कवितेचे एक प्रमुख पुरस्कर्ते झाले); दुसरे वासुदेव बळवंत पटवर्धन (कवी वसंत या टोपणनावाने यांनी आपले काव्यलेखन केले. पण कवीपेक्षा रसिक टीकाकार, नव्या भावकवितेचे पुरस्कर्ते, कट्टे सुधारक आणि इंग्रजी काव्यनाटके सुरस रीतीने शिकविणारे प्राध्यापक या नात्यांनीच लोक त्यांना अधिक ओळखीत असत.) या दोघांच्या सहवासात केशवसुतांची काव्यशक्ती जागृत झाली. टिळक कवी म्हणून लोकांपुढे आले होतेच. त्यांच्या प्रोत्साहनाने या शक्तीला चांगलेच उत्तेजन मिळाले. स्नेहभावाने अंतरीची दीपज्योत उजळली.

१८८४-१८८९ हा काल इंग्रजी शिक्षणाकरिता केशवसुतांनी पुण्यात घालविला. त्यांचे शिक्षण 'न्यू इंग्लिश स्कूल'मध्येच झाल्यामुळे टिळक-आगरकरांची मते, त्यांची व्यक्तित्वे आणि त्यांचे विचार या सर्वांचे संस्कार त्यांच्या मनावर घडले. केशवसुत १८८७ तच मॅट्रिकची परीक्षा पास व्हायचे, पण त्यांचे संस्कृत व गणित हे दोन विषय चांगले नव्हते. शिवाय त्यांना जलद लिहिता येत नसे. त्यामुळे ते या परीक्षेत दोनदा नापास झाले.

तेविसाव्या वर्षी मॅट्रिक झालेला, आपल्या वडिलांची ओढगस्तीची परिस्थिती पूर्णपणे जाणणारा आणि गरीब कुटुंबातील जन्माला आलेला मनुष्य पुढे शिकण्याची आशा कशाच्या बळावर धरणार? साहजिकच केशवसुतांना नोकरीकडे वळावे लागले. भिडस्त व स्वाभिमानी स्वभावामुळे मिळेल ती नोकरी करून ते १८९३ पर्यंत मुंबईला राहिले. त्यांचे धाकटे बंधू सी. के. दामले हे त्या वेळचा त्यांचा आयुष्यक्रम पुढे दिल्याप्रमाणे वर्णन करतात :

'मुंबईत एखाद्या मिशनरी शाळेत किंवा खासगी शाळेत पंधरा-वीस रुपयांपर्यंत मास्तरची नोकरी करून ते मुंबईस राहू लागले. एखादे वेळी नोकरी सुटली, तर खासगी शिकवण्या शिकवीत. तारमास्तरचे काम शिकण्याचाही त्यांनी कित्येक दिवस प्रयत्न केला. नंतर कमिसरिएट ऑफिसात ते मधूनमधून हंगामी नोकरी

करीत असत. परंतु कायमची नोकरी पाहिजे असेल तर कराचीस जा, म्हणजे चाळीस रुपये सुरुवातीस मिळून पुढे चांगले वाढाल, असे एका वरिष्ठाने त्यांना सांगितले. परंतु कराचीस जाण्याचे केशवसुतांनी नाकारले व कमिसरिएट खात्याला रामराम ठोकला.'

१८९३ साली केशवसुतांनी मुंबईत बिऱ्हाड केले. पण १८९६-९७ च्या भयंकर प्लेगामुळे त्यांना मुंबई सोडावी लागली. पुढे खानदेशात फैजपूर व भडगाव या गावी शिक्षक म्हणून त्यांनी १९०३ पर्यंत नोकरी केली. शेवटी सरकारी हायस्कुलात त्यांना जागा मिळाली व धारवाडला ते मराठीचे शिक्षक म्हणून आले. १९०५ साली दिवाळीच्या सुट्टीत हुबळीला असलेल्या चुलत्यांकडे ते सहकुटुंब राहायला गेले. तिथे प्लेगने त्यांचा अचानक अंत झाला. 'स्वप्नांतचि केव्हां भेटे। नेते तो स्वर्गद्वारीं' असा काव्यप्रतिभेच्या सामर्थ्याचा अनुभव घेणारा, पण ती शक्ती आपल्यावर सतत आणि व्हावी तितकी प्रसन्न होत नाही म्हणून, 'लोटिलें मागुती खाली। भूतलावरी अंधारीं। तेणें मी विव्हल भारी।' असे दुःख करणारा हा थोर कवी अगदी अकाली दिवंगत झाला.

केशवसुतांच्या या चरित्ररेखेवरून त्यांचे बाह्य व्यक्तित्व थोडे-फार समजते. पण त्यांच्या आंतरिक व्यक्तित्वावर प्रकाश टाकणाऱ्या गोष्टी या माहितीत फारशा नाहीत. क्वचित आठवणींचे विखुरलेले कण आढळतात. त्यावरून त्या व्यक्तित्वावर प्रकाश पडतो. पण तोसुद्धा अगदी अपुरा. कलावंताचे बाह्य व्यक्तित्व व आंतरिक व्यक्तित्व यापैकी दुसरे व्यक्तित्वच त्यांच्या कलेला प्रेरक होत असते. प्रत्येक कलावंताची ही दोन व्यक्तित्वे- परस्परांशी सुसंगत असतात असेही नाही. आगरकर, वा. म. जोशी, साने गुरुजी, केशवसुत इत्यादी लेखकांत बाह्य व आंतरिक व्यक्तित्वांचा सुसंवाद आढळतो. पण विनायकांसारख्या कवीत तो आढळत नाही. 'माझे चरित्र इतके विचित्र आहे, की ते कोणी ऐकू नये. ऐकल्यास माझी कविता तो वाचणारच नाही. तरी चरित्र हवे असल्यास कविता पाठविता येत नाहीत,' हे विनायकांनी दत्त कवींच्या चरित्राच्या मागणीला पाठविलेले उत्तर कलावंताचे आंतरिक व्यक्तित्व बाह्य व्यक्तित्वापेक्षा कसे भिन्न असू शकते, हे दर्शविते.

सुदैवाने केशवसुतांच्या व्यक्तित्वात असा विसंवाद नव्हता. तथापि, त्यांच्या सर्वसामान्य चरित्रावरून लक्षात न येणारी त्यांच्या आंतरिक व्यक्तित्वाची घडण अनेक लहानलहान आठवणींवरून थोडी-फार कळते. ते अबोल, गंभीर व उदास दिसत हे खरे. पण याचे कारण ते जगाला किंवा जीवनाला विटले होते हे नव्हे. नदीत स्नानाकरिता उतरलेल्या राजपुत्राला नागकन्येने पाताळात घेऊन जावे, तशी त्यांची स्थिती झाली होती. कल्पनेच्या आणि काव्याच्या जगात रमण्यातच त्यांना अनिर्वचनीय आनंदाचा लाभ होत असे. १८९१-९२ सालची त्यांच्याविषयीची

पुढची आठवण या दृष्टीने महत्त्वाची आहे. त्यावेळी केशवसुत मुंबईला नोकरी करीत होते. कवी विनायक स्कूल फायनलच्या परीक्षेला बसण्याकरिता आले होते. केशवसुत विनायकांना भेटायला गेले. दोन कवींची भेट होती ती! मग काळाचे भान कुणाला राहणार? दोघेही संभाषणात इतके गुंग होऊन गेले, की विनायकांना परीक्षेला जायचे भान राहिले नाही व केशवसुतांना नोकरीवर जाण्याची आठवण राहिली नाही. 'पायांत नेहमी वहाणा, अंगात कधी पांढरा किंवा कधी काळा कोट व डोक्याला अगदी साधा पांढरा रुमाल, अंगाने किरकोळ, मध्यम उंचीचा व दिसायला अगदी साधा' असा हा गृहस्थ प्रौढांना अबोल व उदास भासला, तरी त्याला 'मुलांशी बोलण्याची व त्यांच्या गमतीदार खोड्या करण्याची फार आवड होती.' या आवडीचे मूळ केशवसुतांच्या वृत्तीतच आहे. 'प्रौढत्वीं निज शैशवास जपणें बाणा कवींचा असे' हा चरण एक सुंदर सुभाषित म्हणून काही त्यांनी लिहिला नाही. आयुष्यभर तीच धडपड ते करीत होते. ती साधली नाही, म्हणजे कविता आपल्याला सोडून गेली असे वाटून ते उदास होत होते. 'होत्यें अजाण माहेरीं तो खेळ खेळल्यें परोपरी; तेव्हाचें सुख ते आता खऱ्या घरींहि न ये हातां!' या 'हरपलें श्रेय'मधील ओळी अशा उदास आणि अगतिक मन:स्थितीतूनच निर्माण झाल्या आहेत.

मात्र स्वत:च्या काव्यनिर्मितीच्या बाबतीत त्यांना वाटणारे हे असमाधान सांसारिक गोष्टींत त्यांच्या मनावर आपले सावट पसरू शकत नसे. त्यांच्या मनाला स्वाभिमानाचा विलक्षण पीळ होता. उदात्ततेचे मोठे आकर्षण होते. तत्कालीन समाजातल्या प्रौढ पांढरपेशा लोकांच्या तोंडांत नाना प्रकारचे अपशब्द किंवा अभद्र शब्द असत. पण केशवसुतांना वेडावाकडा शब्द- विशेषत: बायकांना उद्देशून बोललेला- मुळीच खपत नसे. ते धारवाडला प्रथम गेले, ते आपल्या बंधूचे परिचयपत्र घेऊन. चित्रकला-शिक्षक मणेरीकर यांच्या घरी ते राहिले. पण किती? फक्त एक दिवस. 'चार दिवसांनी बिऱ्हाड करा. इतकी घाई कशाला?' असा मणेरीकरांनी त्यांना आग्रह केला. पण केशवसुतांनी ते मान्य केले नाही. त्यांनी दुसरे दिवशीच मणेरीकरांनी दिलेल्या एका खोलीत बिऱ्हाड थाटले. धारवाडच्या विहिरी फार खोल. विहिरीतून पाणी काढायचे म्हटले, तर एका माणसाला घागर ओढणे शक्य नसे. दोघे-तिघे मिळून पाणी खेचीत असत. पण केशवसुतांना कुणाचा कसलाही उपकार घेणे रुचत नसे. अशावेळी त्यांचे मन अवघडून जाई. एकट्याने विहिरीतून घागर ओढणे कठीण असल्यामुळे ते तांब्याने पाणी काढत. धारवाडला प्लेगची साथ सुरू झाली, तेव्हा मणेरीकर, केशवसुत वगैरे मास्तरमंडळी गावापासून दूर असलेल्या हायस्कुलात झोपत. मणेरीकर पहाटे उठून दूध आणायला जात. पण त्यांनी नेहमी ही तसदी घ्यावी हे केशवसुतांना कसेसेच वाटे. म्हणून ते त्यांच्या आधी उठून दूध

आणायला जाऊ लागले.

या किंवा अशा प्रकारच्या आठवणी एका दृष्टीने फार सामान्य वाटतात खऱ्या पण कलावंताच्या आंतरिक व्यक्तित्वाचे ओझरते का होईना, दर्शन त्यांच्याद्वारे घडू शकते. दुर्दैवाने केशवसुतांच्या अशा आठवणी सुद्धा विपुल नाहीत. त्यांचे कवित्व हाच कलावंत या नात्याने त्यांच्या व्यक्तित्वाचा परिचय करून घेण्याचा सर्वांत सुलभ आणि विश्वसनीय मार्ग आहे.

◆

३

महाराष्ट्रात इंग्रजी अंमल सुरू होताच (१८१८) जीवनाचे प्रत्येक क्षेत्र तळापासून ढवळून निघू लागले. नवे आणि जुने यांची गाठ पडली, की प्रथम त्यांची तुलना व त्यांची टक्कर अपरिहार्य असते. इथेही तेच घडले. नवी विद्या, नव्या कला, नवी यंत्रे, नवी शास्त्रे, नवे शिक्षण, नवे जीवन यांचा स्पर्श या ना त्या रूपाने महाराष्ट्राच्या अंतरंगाला होऊ लागला. खिडक्या-दारे बंद करून आणि तोंडावर पांघरूण ओढून घेऊन निजलेल्या मनुष्यालाही बाहेर सूर्योदय झाला आहे याची जाणीव होतेच होते. तो कितीही गाढ झोपला असला, तरी कौलारातून झिरपणारा प्रकाश त्याच्या मिटलेल्या पापण्यांतून पाझरत जातो आणि त्याच्या जाणिवेला जाग आणतो. एकोणिसाव्या शतकाच्या पूर्वार्धात महाराष्ट्रीय जीवनात असेच स्थित्यंतर झाले. पश्चिमेकडे उगवलेल्या या नव्या सूर्याच्या प्रकाशाने काहींचे डोळे दिपले, काहींनी त्या उगवत्या सूर्याची स्तोत्रे म्हणायला सुरुवात केली, पण अनेकांनी या प्रकाशाच्या साहाय्याने आपण आपला पुढला मार्ग शोधून काढला पाहिजे, हे अचूक ओळखले आणि त्या दिशेने पावले टाकायला सुरुवात केली. बाळशास्त्री जांभेकर, लोकहितवादी, जोतीराव फुले, न्यायमूर्ती रानडे वगैरे थोर पुरुषांच्या विविध प्रयत्नांमागे हीच प्रेरणा होती. जवळजवळ अर्धशतक महाराष्ट्रीय मनाची आगगाडी रूळ बदलीत होती. शिक्षणात, विचारात, भावनात, वाङ्मयात किंबहुना जीवनाच्या प्रत्येक क्षेत्रात रूळ बदलण्याच्या वेळी होणारा खडखडाट १८७४ पर्यंत ऐकू येत होता. रूळ बदलताना आगगाडीची दिशा अनिश्चित वाटते, तिचा वेग मर्यादित असतो. तो अनुभवही या अर्धशतकात महाराष्ट्राने घेतला.

हा संक्रमण काळ १८७४ साली संपला. 'निबंधमाले'चा उदय हे तो संपल्याचे सर्वांत मोठे प्रसादचिन्ह होते. त्यावेळी केशवसुत आठ वर्षांचे होते. आठव्या वर्षापासून अठराव्या वर्षापर्यंतचा काळ मानसिक विकासाच्या दृष्टीने महत्त्वाचा असतो. अशा या संस्कारसुलभ वयात आणि कवित्वाच्या ओढीमुळे तरल बनलेल्या

मन:स्थितीत १८७४-१८८४ या दशकाचे केशवसुतांचे व्यक्तित्व घडविण्याला कसे साहाय्य झाले असेल याची कल्पना सहज करता येईल. खेडसारख्या कोकणातल्या लहान गावात सुद्धा 'निबंधमाले'च्या अंकाची उत्सुकतेने वाट पाहणारी मंडळी त्या काळी सुद्धा निश्चित असतील. 'निबंधमाले'चा नवा अंक आपल्या हाती केव्हा पडतो आणि तो आपण केव्हा वाचून संपवितो, असे या पंधरा वर्षांच्या वाङ्मयप्रेमी विद्यार्थ्याला होत असेल. त्या काळच्या रूढीप्रमाणे तो चौदाव्या-पंधराव्या वर्षीच चतुर्भुज झाला होता. पण त्याचे लक्ष पत्नीपेक्षा विष्णुशास्त्र्यांनी प्रभावी वाणीने वर्णन केलेल्या देशाच्या दु:स्थितीकडेच अधिक लागले असेल. विष्णुशास्त्र्यांची 'निबंधमाला', वासुदेव बळवंतांची बंडखोर चीड आणि धडपड, न्यायमूर्ती रानडे आणि सार्वजनिक काका यांच्यासारख्या व्यक्तींचे विविध कर्तृत्व, 'केसरी' व 'मराठा' या वृत्तपत्रांचा जन्म, कोल्हापूर प्रकरणात टिळक-आगरकरांना झालेली शिक्षा, अण्णासाहेब किर्लोस्करांनी सौभद्र-शाकुंतलांच्या द्वारे मराठी रंगभूमीला लावलेले नवे वळण, न्यू इंग्लिश स्कूल व फर्ग्युसन कॉलेज या ध्येयवादाने प्रेरित झालेल्या शिक्षणसंस्था, राष्ट्रीय सभेची स्थापना- तरुण मनाला प्रभावित करणाऱ्या या सर्व गोष्टी १८७४-१८८६ या एका तपात घडल्या. त्यांचा केशवसुतांच्या मनावर प्रत्यक्ष-अप्रत्यक्ष परिणाम घडला असलाच पाहिजे. या काळात महाराष्ट्रीय मन आणि जीवन यांचा जणूकाही पुनर्जन्म होत होता. सर्वत्र क्रांतीची पूर्वचिन्हे दिसत होती. काव्य हे जीवनातले एक आकाराने लहान; पण संस्कृतीच्या आणि प्रगतीच्या दृष्टीने महत्त्वाचे क्षेत्र. त्या सर्वस्पर्शी क्रांतीच्या लाटा या क्षेत्रापर्यंत येणे अपरिहार्य होते. या तपात त्या काव्यक्षेत्रात पसरू लागल्या.

◆

४

१८८० नंतर मराठी काव्याला सर्वस्वी नवीन वळण लागले. काव्याचे हे नवे स्वरूप म्हणजे केवळ बहिरंगाची सुधारणा नव्हती. तो काही परिवर्तनाचा एक प्रयोग नव्हता. क्रांतीची बीजे असलेला तो बदल होता.

या नव्या वळणाचे मुख्य श्रेय केशवसुतांना दिले पाहिजे. टिळक-माधवानुजांसारख्या समकालीन अनेक कवींनी त्यांना या मार्गक्रमणात साथ दिली ही गोष्ट खरी आहे, पण केशवसुतांची प्रतिभा जशी या कवींपेक्षा अधिक पल्लेदार होती, तशी आपण काव्याची जुनी चाकोरी सोडून न मळलेल्या पाऊलवाटेने जातो आहो, याची जाणीवही त्यांच्या ठिकाणी इतर कवींपेक्षा फार तीव्र होती.

पाऊलवाटेचाच हळूहळू राजमार्ग होतो. पण तो मार्ग तयार करणाऱ्यांपेक्षा त्या

पाऊलवाटेने प्रथम जाणाराच स्फूर्तीचे केंद्र ठरतो. केशवसुतांच्या बाबतीत नेमके हेच घडले. १८८६ साली- म्हणजे आपल्या काव्यलेखनाच्या प्रारंभकाळी- केशवसुतांनी लिहिलेली 'कविता आणि कवी' ही कविता पाहावी. ते त्या वेळी सहावीत (आताच्या दहावीत) होते. पण या वेळीच काव्यनिर्मितीविषयीच्या त्यांच्या कल्पना सर्व जुन्या शृंखला तोडून मुक्त झाल्या होत्या, हे या कवितेवरून स्पष्ट दिसते. अंत:प्रेरणेतून निर्माण होते, तेच खरे काव्य. जो अनुभव कवीला खुलवील, फुलवील वा हलवील आणि त्याच्या हृदयात सुखाचे कल्लोळ किंवा दु:खाचे कढ निर्माण करील, तोच त्याच्या काव्याचा विषय झाला पाहिजे. अमुक विषयावर काव्य लिही, तमुक प्रकाराने शब्द जुळव, ही किंवा अशा प्रकारची बंधने कवीवर लादणे म्हणजे नर्तिकेच्या पायांत बेड्या घालून तिला नृत्य करायला सांगण्यासारखे आहे. कवी कविता लिहितो, ती अपूर्व अनुभूतीच्या आणि भावनेच्या धुंदीत. मग ती भावना प्रफुल्लतेची असो, प्रक्षोभाची असो अथवा दुसरी कोणतीही असो; हे किंवा अशा प्रकारचे काव्यासंबंधीचे विचार मराठी कवितेला त्या वेळी पुष्कळ अंशी अपरिचित होते. आत्माविष्कार हाच काव्यनिर्मितीचा प्रमुख हेतू होय, ही केशवसुतांची भूमिका. पंडित-कवींच्या काव्यात केशवसुतांना अभिप्रेत असलेला आत्माविष्कार प्रकट होणे स्वभावत:च अशक्य होते. त्या कवींची दृष्टी मुख्यत: बहिर्मुख, त्यांची वृत्ती वस्तुनिष्ठ. त्यामुळेच त्यांची प्रतिभा बाह्य सौंदर्यात, सविस्तर वर्णनात आणि विविध पुराणकथांच्या चित्रणात रमली. भाषागौरव, कल्पनाचमत्कृती आणि अलंकार सौंदर्य याच्याकडे त्यांचा ओढा राहिला. या सर्व गोष्टींची परिणती कळत नकळत कलेला कारागिरीचे स्वरूप आणून देण्यात होते. मराठीतले श्रेष्ठ पंडित-कवी सुद्धा विविध शब्दालंकारांच्या आणि कल्पना-चमत्कृतीच्या आहारी गेलेले दिसतात, याचे कारण हेच आहे. वामनपंडित, रघुनाथ पंडित आणि मोरोपंत यांच्या काव्यात बुद्धीचे चातुर्य व चापल्य आणि शब्द व कल्पना यांची चमत्कृती यांच्या मानाने शुद्ध भावनाविलासाची उदाहरणे किती कमी आढळतात हे पाहण्याजोगे आहे.

संतकवी व शाहीरकवी यांच्यात हे वैगुण्य आढळत नाही. 'बा, रे, पांडुरंगा, केव्हा भेट देसी? झालो मी वनवासी तुझ्याविण' या तुकोबांच्या सतराव्या शतकातील शब्दांमागे असलेली आर्तता अज्ञेयवादाची पूजा करणाऱ्या या शतकातही कुणाच्या अंत:करणाला जाऊन भिडत नाही? पानिपतच्या लढाईला दोनशे वर्षे होत आली, तरी रामा सटवा या शाहिराच्या 'भाऊसारखा मोहरा, आम्हावर का रुसला पंचीप्यारा' किंवा सगनभाऊच्या 'सोन्याची जळली भट्टी उरलें खापर' या अठराव्या शतकातील ओळींनी आजही कोणते मराठी मन गहिवरून जात नाही? राम जोश्यांच्या किंवा होनाजींच्या प्रतिभेने फुलविलेल्या शृंगारमंजिरीचा सुगंध सामाजिकदृष्ट्या सर्वस्वी भिन्न अशा आजच्या काळातही कुणाला धुंद करीत नाही? पण भक्ती, वीर, करुण

व शृंगार यांच्या सरस स्पर्शाने संत व शाहीर यांचे काव्य पंडित-कवींपेक्षा अधिक आर्द्र व हृदयंगम झाले असले, तरी त्यांच्या भावनाविष्कारांची क्षेत्रे मर्यादितच होती. एवढेच नव्हे, तर त्या मर्यादित क्षेत्रांत प्रकट होणाऱ्या भावनाविलासातही वैयक्तिक अनुभूतीचा आविष्कार एकंदरीत कमीच आढळतो. हे कवी व्यक्तिमनापेक्षा समाजमनाचे किंवा समाजातल्या एखाद्या वर्गाच्या किंवा थराच्या मनाचे प्रतिनिधी आहेत, असा त्यांच्या भावनाविष्कारावरून अनेकदा भास होतो. त्यांच्या इच्छा, आकांक्षा, सुखे, दुःखे यांत जिव्हाळा आहे. पण त्या जिव्हाळ्यामागे धर्म, संस्कृती, परंपरा व परिस्थिती यांनी पुनीत केलेल्या आणि म्हणूनच समाजाला प्रिय असलेल्या अध्यात्मापासून प्रेमापर्यंतच्या कल्पना कधी स्पष्टपणे, तर कधी अंधूकपणे उभ्या असलेल्या दिसतात. केशवसुतांना या चाकोरीतून जायची इच्छा नव्हती.

या तीन प्रकारच्या प्राचीन कवींपैकी पंडित-कवींच्या कवितेशीच केशवसुतांचा लहानपणापासून अधिक परिचय झाला असावा. तत्कालीन सामाजिक व शैक्षणिक परिस्थितीला हे धरूनच होते. शाळेतल्या अभ्यासात, कथाकीर्तनात, प्रौढांच्या गप्पागोष्टींत आणि विष्णुशास्त्र्यांच्या निबंधांत पंडितकवींचा या नाही त्या रूपाने होणारा पुरस्कार ऐकत आणि पाहत ते लहानाचे मोठे झाले. इंग्रजी शिकू लागल्यावर त्या भाषेतल्या भावकवितेचा त्यांना परिचय झाला. यांच्या हृदयाला तिने मोहिनी घातली. आपल्याकडील पंडितकवींच्या कविता आणि इंग्रजी भावकविता यांच्यांतले अंतर त्यांना तीव्रतेने जाणवले. पदोपदी ते त्यांच्या मनाला खटकू लागले. या काळात इंग्रजी स्फुट कवितांची वि. मो. महाजनींसारख्या हौशी विद्वानांनी केलेली भाषांतरे किंवा रूपांतरे त्यांच्या वाचनात येत होती. काव्यनिर्मितीची आवड असलेली समवयस्क मंडळी आपल्याप्रमाणेच जुन्या पंडिती कवितेवर रुष्ट आहेत, नव्या मार्गाने जाण्याचा प्रयत्न करीत आहेत, हेही अधूनमधून होणाऱ्या त्यांच्या भेटीगाठींतून केशवसुतांना कळत होते.

१८८३ साली नागपूरला टिळककवींची व केशवसुतांची ओळख आणि मैत्री झाली. टिळकांनी त्यांना काव्यलेखनाच्या कामी प्रोत्साहन दिले. अशा मनःस्थितीतच पालग्रेव्हची 'गोल्डन ट्रेझरी' त्यांच्या हातांत पडली असावी. ते सुवर्णभांडार पाहताच या विकासोन्मुख कविप्रतिभेची स्थिती कशी झाली असेल, याची कल्पना त्या काव्यसंग्रहातले कीट्सचे 'On first looking into Chapman`s Homer' हे सुनीत ज्यांनी वाचले असेल, त्यांना सहज येईल. ज्योतिःशास्त्रज्ञाला आकाशात नवा तारा दिसावा किंवा साहसी संशोधकाने अज्ञात अशा नव्या प्रदेशात पाऊल टाकावे, तसा विशीच्या आसपास या काव्यसंग्रहाच्या वाचनामुळे केशवसुतांना अभूतपूर्व आनंद झाला असला पाहिजे. याच वेळी त्यांनी 'कविता आणि कवी' ही कविता लिहिली. पंडिती काव्यातील कृत्रिमता व बहिर्मुखता आणि त्यामुळे होणारी

भावहानी यांच्याविरुद्ध त्यांनी बंडाचे निशाण उभारले. या कृत्रिमतेवर कोरडे ओढताना ते म्हणतात,

सभारुची पाहुनि, अल्प फार,
रंगीं नटी नाचवि सूत्रधार
पढीक तीचे परिसूनि बोल
तुम्ही कितीसे भुलुनी, डुलाल?

कृत्रिम काव्य म्हणजे रंगीत लाकडी फळ. त्यात रस कुठून असणार? म्हणूनच कवितेत 'स्वभावभूयिष्ठ माधुरी' असली पाहिजे असे ते प्रतिपादन करतात. भावसौंदर्य हेच कवितेचे खरेखुरे सौंदर्य होय, असे ते सांगतात. काव्यविषयाचे बहिर्मुख दृष्टीने चित्रण करायचे सोडून, कवी जेव्हा आत्मनिष्ठ दृष्टीने त्याचे चित्रण करायला उत्सुक होतो, आपल्या अंतःकरणात भावनांची असंख्य तरल आणि तेजस्वी विश्वे आहेत याची जेव्हा त्याला तीव्र जाणीव होते, सामान्य व्यक्तीचे सुखदुःख हे असामान्य व्यक्तीच्या सुखदुःखांइतकेच उत्कट असते या श्रद्धेने तो जेव्हा ते पाहू लागतो, उगवत्या सूर्याच्या दर्शनाने पुलकित होणारे त्याचे मन ओसाड माळावर फुललेले एखादे रानफूल पाहूनही जेव्हा आनंदाने नाचू लागते, नळाने अरण्यात सोडलेल्या दमयंतीइतकीच रस्त्यावरल्या भिकारणीविषयी जेव्हा त्याला करुणा वाटू लागते, सत्य धर्म आणि अंध रूढी यांच्या भोवताली चाललेला संघर्ष जेव्हा त्याला राम-रावणांच्या युद्धासारखा वाटू लागतो, तेव्हाच सर्वस्पर्शी भावसौंदर्याचा साक्षात्कार त्याला होतो.

◆

५

'कविता आणि कवी' ही कविता लिहून केशवसुतांनी मराठी कवितेच्या पायांतील नानाविध शृंखला तोडण्याच्या प्रयत्नाला सुरुवात केली. राजकीय शृंखलांचा काच प्रत्येकाला सहज कळतो. त्यामुळे त्या कार्याला प्रवृत्त होणाराच्या पाठीमागे जनता स्वयंस्फूर्तीने उभी राहते. पण सामाजिक शृंखलांचा काच सामान्य मनुष्याला तितकासा जाणवत नाही. उलट, अनेकदा त्या शृंखला हे आपले अलंकार आहेत असा भ्रम त्याच्या मनात निर्माण होतो व तो त्यांना कवटाळून बसतो. साहित्यक्षेत्रातही असेच घडते. तिथे अतिपरिचयामुळे अवज्ञा उत्पन्न होत नाही; उलट आंधळे प्रेम निर्माण होते. त्यामुळे जुने रसिक नवीन गोष्टींचे स्वागत करताना नेहमीच साशंक असतात, प्रसंगी खळखळ करतात. कालिदासासारख्या कवीलाही 'केवळ जुने

म्हणून काव्य चांगले ठरत नाही आणि केवळ नवे म्हणून ते उपेक्षणीय होत नाही', असे आपल्या प्रेक्षकांना सांगावे लागते. ते साहित्यात पुराणप्रिय प्रवृत्ती नेहमी प्रबळ असते म्हणूनच.

या पुराणप्रियतेशी आपल्याला लढा द्यायचा आहे, याची केशवसुतांना प्रारंभापासूनच चांगली कल्पना होती. 'कविता आणि कवी' या कवितेत नवे काव्य कसे असावे, हे त्यांनी सांगितले. (१८८६) पण ती कविता प्रसिद्ध झाली पुढे १८९५ मध्ये. यावरून त्या कवितेतील विचार सुखासुखी लोकांच्या पचनी पडणार नाहीत याची त्यांनासुद्धा कल्पना असावी असे दिसते. हा विचार लोकांच्या गळी उतरवला पाहिजे, नवकाव्यातील रसाचा आस्वाद घेण्याला ते समर्थ झाले पाहिजेत, नव्या मार्गाने जाणारा कवी कोणते कार्य करीत आहे हे त्यांना स्पष्ट समजले पाहिजे, असा ध्यास त्यांनी सतत मनाशी धरला, तो या विशिष्ट परिस्थितीमुळेच.

१८८६ साली लिहिलेल्या 'कविता आणि कवी' या कवितेपासून १९०४ मधल्या 'प्रतिभा' या कवितेपर्यंत सतत बावीस वर्षे ते या ध्यासात निमग्न राहिले. काव्य, कला आणि प्रतिभा यांची स्वरूपे व कार्ये, सौंदर्यनिर्मितीच्या प्रयत्नांतले विविध अनुभव, विविध क्षेत्रांत होणारा प्रतिभावंतांच्या सामर्थ्याचा साक्षात्कार, या सर्वांवर या दीड तपात त्यांनी कविता लिहिल्या. 'सृष्टी, तत्त्व आणि दिव्यदृष्टी', 'कल्पकता', 'कवी', 'दिवा आणि तारा', 'क्षणात नाहीसे होणारे दिव्य भास', 'कवितेचे प्रयोजन', 'आम्ही कोण', 'प्रतिभा' या सर्व अशाप्रकारच्या कविता आहेत. 'झपूर्झा' आणि 'हरपलें श्रेय' यांची मूळ प्रेरणा या ध्यासातच आहे. 'दिव्य ठिणगी', 'शब्दांनो, मागुते या', 'रुष्ट सुंदरीस' व 'फिर्याद' या आत्मपर कवितांतही केशवसुतांनी काव्यजीवनातले स्वतःचे अनुभव वर्णन केले आहेत. मात्र ते अधिक वैयक्तिक स्वरूपाचे आहेत. काव्य किंवा कला यांच्या स्वरूपाचा अथवा प्रतिभेच्या कार्याचा विचार त्यांत नाही.

तो विचार वर उल्लेखिलेल्या सर्व कवितांना प्रेरक झाला आहे. इतकेच नव्हे, तर 'भृंग'सारख्या मुळात काव्यविषय नसलेल्या कवितेतसुद्धा केशवसुतांना अभिप्रेत असलेली नव्या कवितेची कल्पना कलात्मक रीतीने व्यक्त झाली आहे. कविता हे सुगंधित केलेले कागदी फूल नाही, ते कवीच्या अंतःकरणातल्या भाववेलीवर उमललेले फूल आहे, ही आपली श्रद्धा स्पष्ट करण्याकरिता ते भृंगाला म्हणतात,

गा! तूं, गा! नादी भ्रमरा!
मी गणमात्रा जुळणारा!

शुक पंजरबन्धीं घालूं,
त्या पढवूं नरवाग् बोलूं,

श्रुतिवैचित्र्या बघणारे,
आम्ही मात्रा जुळणारे!

सर्वसामान्य मनुष्याची दृष्टी बहिर्मुख असते. जें हजारो लोकांना दिसते, तेच, तसेच आणि तेवढेच त्याला दिसते. पण जें इतरांना दिसत नाही, ते पाहण्याची शक्ती, साऱ्या जगापेक्षा कुठलीही वस्तू निराळ्या दृष्टीने पाहण्याची किंवा कुठलीही अनुभूती उत्कटतेने घेण्याची शक्ती त्याला नसते. ती प्रतिभावंताच्या ठिकाणी उपजतच आढळते. म्हणून सामान्य मनुष्य काचेतून पाहू शकत असला, तर कवी धोंड्यातून पाहू शकतो, असे केशवसुत म्हणत. जो धोंडा दगड म्हणून सामान्य मनुष्य दूर फेकून देईल, त्याच्यातच सौंदर्य झोपी गेले आहे हे फक्त मूर्तिकाराला जाणवते. ते सुप्त सौंदर्य जणूकाही त्याला हाका मारून आपल्याकडे बोलावते. अदृश्य रूपाने वावरणाऱ्या वनदेवतेसारखे ते असते. 'सृष्टी, तत्त्व आणि दिव्यदृष्टी' या कवितेत केशवसुतांनी हाच अनुभव वर्णन केला आहे. एका छोट्या टेकडीवर उषःकालाची शोभा पाहण्यात दंग असलेल्या मूर्तिकाराला 'पाहा, डोळे उघडून पाहा, मी इथं आहे,' असे शब्द एकदम ऐकू येतात. तो भोवताली पाहतो. त्याला कुणीच दिसत नाही. तो गोंधळून विचारतो, 'कुठं आहेस तू?' उत्तर येते, 'मी कुठं आहे? मी सर्वत्र आहे.'

तो मूर्तिकार क्षणभर गोंधळतो. मग त्याचे लक्ष जवळच पडलेल्या एका धोंड्याकडे जाते. आपल्याला ऐकू आलेला ध्वनी हा केवळ भास नव्हता अशी त्याची खात्री होते. तो आपली छिन्नी घेऊन त्या शिलेवर घाव घालू लागतो आणि मग-

तो मूर्तिकार म्हणतो,

मूर्ती दिव्य अशी अहा! उतरली धोंड्यामधूनी भली!
माझी दृष्टि असे अलौकिक, मला जाणीव ही जाहली.

लौकिक दृष्टी जीवनाच्या बाह्य स्वरूपात रमते. त्याच्या अंतरंगात ती प्रवेश करू शकत नाही. ती शारीरिक सौंदर्य जाणते; पण आत्मिक सौंदर्याचा तिला साक्षात्कार होत नाही. तो फक्त प्रतिभावंताला होतो.

ज्या शक्तीमुळे प्रतिभावंतांना हे साध्य होते, तिचे मोठे मार्मिक वर्णन केशवसुतांनी 'कल्पकता' या कवितेत केले आहे. प्रतिभेचे जग हे लौकिक जग नाही. ते जीवनाच्या ठरावीक चाकोरीतून जाण्यात आनंद किंवा धन्यता मानीत नाही. लौकिक जगाचा आनंद खाण्यापिण्यात आणि विविध शरीरसुखांचा मनसोक्त उपभोग घेण्यात साठविलेला असतो. शरीराच्या भुका उत्तम रितीने भागल्या, की लौकिक जग संतुष्ट होते. त्याला आत्म्याची हाक सहसा ऐकू येत नाही. आत्म्याला अस्वस्थ करणारे असमाधान त्याला जाणवत नाही. दैनंदिन जीवनाच्या साच्यात त्याला कधी

अवघडल्यासारखे होत नाही. पण प्रतिभा स्वभावत:च असंतुष्ट असते. ती चिमणी नाही; गरुड आहे. जें लौकिक दृष्टीला दिसते, त्याच्या पलीकडे काय आहे याची कल्पना करण्यात आणि तेथे प्रवेश मिळावा म्हणून जीव पाखडण्यात तिला ब्रह्मानंदाचा लाभ होतो. 'ज्ञाताच्या कुंपणावरून, उड्डाण करून, चिद्‌घनचपला ही जाते' असे जें 'झपूर्झा'मध्ये केशवसुतांनी तिचे वर्णन केले आहे ते याच अर्थाने. शरीराची सुखे ही या प्रतिभेच्या लेखी क्षुद्र सुखे ठरतात. म्हणून लौकिक दु:खांना कवटाळूनही ती अलौकिकाच्या- काहीतरी नवीन शोधून काढण्याच्या किंवा निर्माण करण्याच्या- मागे लागते. लौकिक जग स्वार्थाचा, भाकरीचा, कामतृप्तीचा, ऐहिक वैभवाचा आणि क्षणभंगुर कीर्तीचा बडिवार माजविते. पण जीवनाची ही मूल्येच प्रतिभा मान्य करीत नाही. हे खरे सोने नाही, ही मुलामा दिलेली पितळ आहे, असेच तिला मनातून वाटत असते.

'कल्पकता' या कवितेत प्रतिभेच्या या प्रकृतिधर्माचे केशवसुतांनी सूचक पण सुंदर वर्णन केले आहे. रूढ चाकोरीतून जाणाऱ्या आणि त्याच त्याच शिळ्या अनुभवांवर जगणाऱ्या जगापासून स्वत:च्या विकासाकरिता प्रतिभा दूर जाते. त्या जगाच्या अर्थशून्य कोलाहलात ती रस घेऊ शकत नाही. त्या कोलाहलापासून पूर्णपणे अलिप्त अशी 'एका दुर्गम भूशिरावरी, परी देवी कुणी बैसली.' ही प्रतिभादेवी स्वत:शीच गुणगुणत एक अद्‌भुत वस्त्र विणीत बसते. सृष्टीत जें जें भव्य आणि रम्य, अद्‌भुत व उदात्त आणि सुप्त सामर्थ्याने किंवा साधुत्वाने युक्त आहे, ते ते घेऊन ती हे वस्त्र तयार करते. या अलौकिक वस्त्रांत विलक्षण शक्ती असते. पृथ्वीने ते परिधान केले, की तिचे युगायुगांचे वार्धक्य क्षणांत लोप पावते. मग मानवजात आपली कात टाकते; जगाला नवी कलाटणी मिळते; जीवनाला नवी दृष्टी लाभते; नवी सृष्टी निर्माण होते.

प्रतिभेचे हे अपूर्व सामर्थ्य महाकवींप्रमाणे मोठमोठ्या शास्त्रज्ञांत आणि संशोधकांतही आढळते, हे या कवितेत (१८९१) केशवसुतांनी चांगल्या रीतीने सूचित केले आहे. जीवनाच्या अंतरंगाला व बहिरंगाला येणारी अवकळा दूर करून, त्यांना नवे रम्य रूप देण्याचे कार्य केवळ प्रतिभाच करू शकते- मग ती प्रतिभा कवीची असो, संशोधकाची असो, गायकाची असो, राजकीय क्रांतिकारकाची असो अथवा सामाजिक सुधारकाची असो- ही त्यांची या बाबतीतली श्रद्धा शेवटपर्यंत वृद्धिंगत होत गेली. १९०४ साली लिहिलेल्या 'प्रतिभा' या ओजस्वी सुनीताचा प्रारंभच 'ती अत्यद्‌भुत गूढ शक्ती सहसा संचारतां अंतरीं, मुक्तात्मा गगनी उडे' या शब्दांनी त्यांनी केला आहे. कविता करू म्हटल्याने होत नाही; शोध लावू म्हटल्याने लागत नाही. पण कवीच्या, संशोधकाच्या किंबहुना प्रत्येक प्रकारच्या प्रतिभावंताच्या जीवनात अधूनमधून असे सुवर्णक्षण येतात, की त्यावेळी त्याला पडलेली कोडी झटकन सुटू लागतात.

मग एरवी अवघड वाटणारी नवनिर्मिती सुलभ होते, दैनंदिन जीवनाच्या कोलाहलात ऐकू न येणारे दिव्य संगीत ऐकू येऊ लागते, अंधारात विजेचा लखलखाट व्हावा आणि भोवतालच्या सृष्टीचे सर्व स्वरूप क्षणार्धात डोळ्यांत ठसावे, तशा नव्या जाणिवा मनात निर्माण होतात. अपूर्व आणि सुंदर अशा एका नव्या विश्वाचे क्षणार्धात दर्शन होते. म्हणूनच या अचानक स्फुरणाऱ्या आणि प्राचीन काळच्या अतिथीप्रमाणे हृदयाच्या द्वाराशी अनपेक्षितपणे येऊन उभ्या राहणाऱ्या दिव्य शक्तीचे केशवसुतांना सदैव कौतुक वाटत राहिले आणि निरनिराळ्या रीतींनी तिच्या सामर्थ्याची स्तोत्रे गाण्यात त्यांनी धन्यता मानली. 'झपूर्झा' (१८९३) 'आम्ही कोण?' (१९००) व 'प्रतिभा' (१९०४) या तिन्ही कविता एकदम वाचल्या, म्हणजे त्यांतील ओजस्वी आणि ध्येयवादी चित्रणाच्या मागे उभी असलेली त्यांची ही श्रद्धा स्पष्ट होते. 'झपूर्झा'मध्ये ते म्हणतात,

नांगरल्याविण भुई बरी
असे कितितरी!
पण शेतकरी-
सनदी तेथें कोण वदा
हजारांतुनी एकादा!

हजारो लोकांतून एखादाच प्रतिभावंत निर्माण होतो. जीवनाची, अनुभवांची आणि सुखदुःखांच्या कल्पनांची रूढ झालेली कुंपणे ओलांडून तो पलीकडे जाण्याचा प्रयत्न करतो. त्याच्या या धडपडीमुळेच नवनिर्मिती घडून येते. काव्यापासून विज्ञानापर्यंत हा नवनिर्मितीचा संचार सदैव सुरू असतो. तिच्यामुळेच मानवी जीवन नवीन सुंदर रूप धारण करू शकते. त्याचा केवळ कायापालट होत नाही; त्याचे अंतरंगही आमूलाग्र बदलते. नवी ध्येये, नवे शोध, नवी स्वप्ने, नव्या आकांक्षा, नवा आनंद यामुळे मानवाचा पुनर्जन्म होतो. 'ते आम्हीच, शरण्य मंगल तुम्हां ज्यांपासुनी लाभतें' आणि 'आम्हांला वगळा- विकेल कवडीमोलावरी हें जिणे' असे 'आम्ही कोण?' मध्ये हे प्रतिभावंत म्हणतात, याचे कारण केशवसुतांना प्रतिभेच्या विविध आविष्कारांचा आणि तिच्या अमर्याद सामर्थ्याचा झालेला साक्षात्कार हेच आहे. 'आम्ही कोण?' ही कविता केवळ काव्यविषयक मानण्याची रूढी पडल्यामुळे तिच्यातील वरील ओळींवर दर्पोक्तीचा आरोप करण्याची पद्धत पडत गेली. पण केशवसुतांनी ही कविता आत्मसमर्थन किंवा आत्मगौरव यांपैकी कोणत्याही हेतूने लिहिलेली नाही. नव्या कवींची कैफियत म्हणूनही ती स्फुरलेली नाही. वैयक्तिक सुखदुःखांपलीकडे ज्यांची दृष्टी जात नाही, वर्तमानापेक्षा दुसरा काळ ज्यांना कळत नाही आणि शरीराखेरीज ज्यांच्या पूजेला अन्य दैवत लाभत नाही, अशा माणसांचा

मानवी जीवनाचे सौंदर्य, सामर्थ्य आणि साधुत्व वाढविण्याला कधीच हातभार लागत नाही. ती प्रगती प्रतिभावंतांकडूनच होऊ शकते. मग ती प्रतिभा स्वराज्याचे स्वप्न पाहणाऱ्या शिवाजीची असो, निग्रोंची गुलामगिरी नाहीशी करणाऱ्या लिंकनची असो, 'स्वराज्य हा माझा जन्मसिद्ध हक्क आहे' हा मंत्र आपल्या देशबांधवांना देणाऱ्या लोकमान्य टिळकांची असो, नाना प्रकारचे शोध लावून जगाच्या सुखांत भर घालणाऱ्या एडिसन-मार्कोनीसारख्या संशोधकांची असो अथवा कालिदास-शेक्सपीअरसारख्या महाकवींची असो. हे सारे लोक जितके आत्मनिष्ठ, तितकेच ध्येयवेडे असतात. नवनिर्मितीच्या नादात ते अष्टौप्रहर गुंग राहतात. म्हणून जग त्यांची वेड्यात गणना करते. कारण जगाला फक्त भूतकाळाचे कर्तृत्व कळते. भविष्यकाळ हा भूतकाळाहून उज्ज्वल असू शकतो हे त्याला पटू शकत नाही. पण प्रतिभावंतांची दृष्टी भविष्याच्या गर्भातील सोनेरी स्वप्नांवर खिळलेली असते. पिढ्यान् पिढ्या पडीक असलेली जमीन नांगरायला हे वेडे लोक धाव घेतात, तिच्यातून उत्तम पिके निघतील या आशेने ते नाचत असतात. सर्वसामान्य मनुष्याला निरर्थक वाटणाऱ्या गोष्टींत त्यांना नवा सुंदर अर्थ आढळतो. चिंध्यांत किंवा गवतात लपून बसलेला कागद त्यांना दिसतो; रस्त्याच्या कडेच्या वनस्पतींत झोपी गेलेली औषधे त्यांना बोलावीत असतात. पिढीजात चाकोरीतून जीवनाचा प्रवास करणारा सामान्य मनुष्य आणि प्रतिभावान मनुष्य यांच्यातील हे अंतर 'झपूर्झा'मध्ये केशवसुतांनी फार चांगल्या रितीने सांगितले आहे. ते म्हणतात :

हर्षशोक हे ज्यां सगळें
त्यां काय कळे?
त्यां काय वळे?
हसतिल जरि ते आम्हांला,
भय न धरूं हे वदण्याला :
व्यर्थी अधिकचि अर्थ वसे
तो त्यांस दिसे
ज्यां म्हणति पिसें;
त्या अर्थाचे बोल कसे-?
'झपूर्झा! गडे झपूर्झा!'

'दिवा आणि तारा' (१८९२) या कवितेतही सामान्य मनुष्य आणि प्रतिभावंत यांच्यांतले हे अंतर केशवसुतांनी एका रूपकाच्या द्वारे स्पष्ट केले आहे. पृथ्वीवरला दिवा आकाशातील ताऱ्याला हिणवून म्हणतो, 'या जगाला तुझा काय उपयोग आहे? इथं काळोखात लोकांना पावलोपावली माझा आधार मिळतो. मी नसलो, तर

इथले व्यवहार क्षणभरसुद्धा सुरळीत चालणार नाहीत.' तारा त्याला उत्तर देतो,

भांडी, तीं मडकीं, डबे,
ढकलिसी अंधार यांपासुनी,
ब्रह्माण्डास परंतु मी उजळितों,
गेलीं युगे होउनी;
तेजाने वरुनी दिव्या!
खुलविसी तूं मानवी चेहरे,
आत्मे उज्ज्वल आंतले पण, गड्या!
होतात माझे करें!

'क्षणांत नाहीसे होणारे दिव्य भास' ही याच वर्गातली एक कल्पकतापूर्ण व केशवसुतांच्या काव्यजीवनावर प्रकाश टाकणारी कविता आहे. 'कल्पकता' या कवितेत भूचक्राची घरघर जिथे ऐकू येत नाही अशा दुर्गम आणि दूरच्या स्थानी जाऊन प्रतिभा अपले कार्य करीत बसते, असे कवीने वर्णन केले आहे. पण खरोखर प्रतिभावंताला हवे तेव्हा जगाच्या कोलाहलापासून आणि प्रापंचिक चिंता-काळज्यांपासून दूर जाता येते का? कोणी कितीही मोठा कवी, संगीतकार, संशोधक, देशभक्त किंवा समाजसेवक असला, तरी त्याला हरघडी अनेक व्यावहारिक भूमिका कराव्या लागतातच. स्वत:च्या कुटुंबाचे पोट भरण्याकरिता कवीला कारकून व्हावे लागते, संशोधकाला साधा शिक्षक बनावे लागते आणि गायकाला गाण्याचा वर्ग उघडून पोरापोरींना 'सारेगम'चे धडे देत बसावे लागते. प्रतिभेच्या विकासाला अडथळा आणणारी पोट हीच गोष्ट असते, असेही नाही. प्रत्येक प्रतिभावंत हा मुलगा असतो, नवरा असतो, बाप असतो, मित्र असतो, आगगाडीच्या तिसऱ्या वर्गात जागा मिळविणारा प्रवासी असतो, मंडईत माळणीशी दरदामाची हुज्जत घालणारा संसारी गृहस्थ असतो, तो सर्व काही असतो. त्याच्या मुलांनाही दात येण्यापासून गोवर येण्यापर्यंत सारे आजार होतात. ते पत्नीच्या मदतीने त्यालाच काढावे लागतात. कधी कधी त्याची पत्नी रूक्ष, जहांबाज, पतीच्या हळुवार हृदयाची अथवा तीव्र बुद्धीची कदर न करणारी अशी असू शकते. पोटासाठी करीत असलेल्या कामात त्याला बहुधा पोटापुरतेच पैसे मिळतात. आपल्या जागेत भाड्याने राहणारा मनुष्य महामूर्ख आहे, की महाकवी आहे याच्याशी घरमालकाला काही कर्तव्य नसते. प्रत्येक महिन्याच्या प्रारंभी आपले भाडे वसूल झाले की नाही, एवढेच तो पाहतो. अशा रीतीने आर्थिक, कौटुंबिक आणि व्यावहारिक विवंचनांनी प्रतिभावंतांची निर्मिती झाकळून जाते. त्यांना दिव्य भास होतात; पण त्या भासांना सुंदर रूप देण्याइतके स्वास्थ्य काही केल्या त्यांना लाभत नाही.

'क्षणांत नाहीसे होणारे दिव्य भास' या कवितेत प्रतिभावंतांचे हे दु:ख केशवसुतांनी मोठ्या मार्मिक रीतीने वर्णन केले आहे. ते त्यांचे स्वत:चेच दु:ख आहे असे वाचकाला वाटण्याइतकी उत्कटता या कवितेत नि:संशय आहे. आत्माराम (ज्याला दिव्य भास होतात, तो प्रतिभावंताचा आत्मा) आणि आक्का (दैनंदिन जीवनाचे नियंत्रण करणारी व्यावहारिक शक्ती) असे रूपक कल्पून केशवसुतांनी या कवितेच्या आशयाला विशालता आणून दिली आहे. 'हरपलें श्रेय' या आपल्या अगदी शेवटच्या कवितेत केशवसुतांच्या मनाची जी उदास आणि व्याकूळ अवस्था प्रतिबिंबित झाली आहे, तिचा या कवितेतील अनुभवाशी निश्चित संबंध आहे. 'झपूर्झा'च्या प्रारंभी 'हर्षखेद ते मावळले' या कडव्यात ज्या स्थितप्रज्ञ अवस्थेचे त्यांनी वर्णन केले आहे, तीच प्रतिभेच्या विलासाला पूर्णपणे पोषक अशी मन:स्थिती होय. पण दैनंदिन अडीअडचणींचे आणि प्रापंचिक चिंता-काळज्यांचे विंचू पावलोपावली डसत असताना ती प्रशान्त मन:स्थिती कलावंताला किंवा संशोधकाला कशी प्राप्त होणार? ती लाभली नाही, की पाऱ्याचे कण हातातून निसटून जावेत त्याप्रमाणे सारे दिव्य भास, सारी सुंदर स्वप्ने आणि साऱ्या नव्या कल्पना त्याच्या आत्म्याला नुसता ओझरता स्पर्श करून निघून जातात. तो त्यांना धरू शकत नाही, पृथ्वीवर आणू शकत नाही. स्वत:ची ही असमर्थता एखाद्या शल्याप्रमाणे त्याला बोचत राहते. त्या अस्पष्ट, अंधूक सौंदर्यसृष्टीचे स्मरण होऊन तो संसारात हुरहुरत राहतो. जे अगदी हाताशी आले होते, पण हातात मात्र आले नाही, त्याच्या हानीच्या जाणिवेने तो विषण्ण बनतो. 'हरपलें श्रेय'मधील पुढील ओळींचे 'क्षणांत नाहीसे होणारे दिव्य भास' मधील अनुभूतीशी असलेले साम्य विचार करण्याजोगे आहे. तिथे कवी म्हणतो,

जेथें ओढे वनराजी
वृत्ति रमे तेथें माझी
कारण कांहीं साक्ष तिथें
मज त्या श्रेयाची पटते
म्हणुनी विजनीं मी जात्यें
स्वच्छंदें त्या आळवित्यें
स्वभास दावुनि
परि तें झटदिनिं
जाई लोपुनि
मग मी हांका मारितसें
न परि हरपलें तें गवसे!

'क्षणांत नाहीसे होणारे दिव्य भास', 'झपूर्झा', 'आम्ही कोण?' व 'प्रतिभा' या कविता केवळ कवीच्या कार्याचे किंवा त्याच्या अनुभवांचे वर्णन करणाऱ्या नाहीत. 'कविता आणि कवी या १८८६ साली लिहिलेल्या कवितेत नवी कविता कशी असावी, याबद्दलची आपली कल्पना केशवसुतांनी स्पष्टपणे सांगितली पण पुढे त्यांचे त्या बाबतीतले चिंतन केवळ काव्यकलेपुरतेच मर्यादित राहिले नाही. जगाला नवीन आणि सुंदर रूप देणे (केशवसुतांना विशेष प्रिय असणाऱ्या भाषेत बोलायचे, तर पृथ्वीवर स्वर्ग आणणे) हे प्रतिभेचे कार्य आहे. ही प्रतिभा जीवनात अनंत रूपांनी प्रकट होत असते. साहजिकच केशवसुत त्या विविध स्वरूपांचा विचार करू लागले. 'झपूर्झा'च्या प्रारंभी त्यांनी पुढील छोटी, पण अत्यंत अर्थपूर्ण टीप दिली आहे- 'आपल्याला जें काही नाही, असे वाटते, त्यातूनच महात्मे जगाच्या कल्याणाच्या चिजा बाहेर काढतात. त्या महात्म्यांची स्थिती लक्षात आणून पुढील गाणे वाचल्यास ते दुर्बोध होऊ नये, असे वाटते.' यातील 'महात्मा' शब्द फार महत्त्वाचा आहे. मुक्तात्मा हाच महात्मा होऊ शकतो. काव्यापासून अध्यात्मापर्यंत आणि विज्ञानापासून समाजसेवेपर्यंत नानाविध रूपांनी प्रकट होणारी प्रतिभाच जड व्यवहारांत बद्ध होऊन पडलेल्या आणि स्वार्थाच्या असंख्य पाशांनी जखडून टाकलेल्या माणसाच्या आत्म्याला मुक्त करू शकते, अशी केशवसुतांची श्रद्धा होती. त्यांचा काळ हा जगातल्या विविध विज्ञानविषय शोधांचा, मराठी वाङ्मयातील नवनव्या प्रयोगांचा आणि भारतातील सामाजिक व राजकीय क्रांतीच्या पूर्वतयारीचा काळ होता. त्यामुळेच त्यांना प्रतिभेच्या या व्यापक स्वरूपाचे आकलन झाले आणि 'झपूर्झा'सारख्या सुंदर कवितेत त्यांनी ते अत्यंत अर्थपूर्ण पद्धतीने साकार केले.

हे करीत असताना नवकवी या नात्याने जी भूमिका त्यांनी स्वीकारली होती, तिचा त्यांना विसर पडला होता असे मात्र नाही. काव्यविषयक अनेक कविता त्यांनी लिहिल्या. 'कवी' (१८९१) व 'कवितेचे प्रयोजन' (१८९३) या दोन कविता त्यापैकीच होत. केशवसुतांनी पहिल्या कवितेत कवीचे, तर दुसरीत काव्याचे माहात्म्य वर्णन केले आहे. या कविता परस्परांना पूरक आहेत. एवढेच नव्हे, तर विशिष्ट परिस्थितीची प्रतिक्रिया म्हणूनच त्या लिहिल्या गेल्या आहेत. 'कवी'मध्ये अतिशयोक्तीचा आश्रय करून केशवसुतांनी कवीचे माहात्म्य सांगितले, याचे कारण त्यावेळी कवित्वाविषयी- विशेषत: नवीन पद्धतीच्या कवित्वाविषयी- समाज केवळ उदासीनच होता असे नाही, त्याच्या दृष्टीने नवे काव्य हा उपहासाचा विषय होता. केशवसुतांच्या मृत्यूनंतर सुद्धा आधुनिक कविता समाजाला आवडू लागली होती असे म्हणता येणार नाही. १९१०-१५ च्या दरम्यान झालेले यासंबंधीचे वादविवाद पाहिले, तर प्राचीन काव्याविषयीची अंधभक्ती आणि आधुनिक कवितेविषयीची अंध अढी यांच्या पाशांतून मराठी रसिकवर्ग त्यावेळी मुक्त झाला होता असे

म्हणवत नाही. नवीन गोष्टींच्या बाबतीत समाजाचा कोठा नेहमीच जड असतो. त्यामुळे कुठलीही सुधारणा त्याला पचायला कमीत कमी दोन तपे जावी लागतात. आधुनिक कवितेला लोकप्रियता लाभली, ती बालकवि-गोविंदाग्रज यांच्या काळात आणि पुष्कळ अंशी त्यांच्या कर्तृत्वामुळे.

हे लक्षात घेता केशवसुतांनी आपल्या काव्यातून पुन:पुन्हा कवीचे मोठेपण आणि कवितेचे प्रयोजन याविषयी लिहीत राहावे, यात नवल कसले? ते लेखन म्हणजे त्यांचे संरक्षक चिलखत होते. 'कवितेचे प्रयोजन' या कवितेचा प्रारंभच काव्यावरल्या एका आक्षेपाने झाला आहे. तो आक्षेपक म्हणतो :

माता ही सुजला स्वभूमि सुफला,
तीच्या परी लेंकरां
खायाला पुरतें पहा नच मिळे
की हाल आहे पुरा
झांकायास तनूस वस्त्रहि न तें
आतां पुरेंसें मिळे
या वेळेस कसें, कवे! तुज सुचे
गाणें न मातें कळे!

देशाची दुर्दशा झाली असताना कवीने कविता रचायचा उद्योग सोडून काहीतरी देशहिताचे काम करावे, असे सुचविणाऱ्या या अरसिक आक्षेपकाला केशवसुतांनी जें उत्तर दिले आहे, ते त्यांच्या काव्यावरील निष्ठेचे उत्तम उदाहरण आहे. काव्यलेखन ही त्यांच्या दृष्टीने केवळ बौद्धिक किंवा भावनात्मक क्रीडा नव्हती. ते त्यांचे जीवनध्येय (Mission) होते. त्या ध्येयाकरिताच आपण जन्माला आलो आहो आणि ते सफल करण्याच्या प्रयत्नांतच आपल्या जीवनाचे सार्थक आहे, अशी त्यांची श्रद्धा होती. म्हणून ते त्या आक्षेपकाला बजावतात-

'गाण्यानें कविच्या प्रभाव तुमचा
वर्धिष्णुता घेइल'
'हातीं घेउनियां निशाण कवि तो
पाचारितो बांधवां-
"या, हो, या! झगडावयास सरस
हो, मेळवा वाहवा!"
"आशा, प्रेम, तसेच वीर्य कवनीं
तो आपल्या गाइल'

'कविता आणि कवी' या कवितेत केशवसुतांनी आपली काव्यविषयक मूल्ये स्पष्टपणे प्रकट केली होती. कवी हा कुणाचाही बंदा गुलाम नाही, त्याला आवडेल त्या विषयावर तो कविता करील, त्याच्या बुद्धीला आणि अंतःकरणाला जी रचना आनंद देईल, तिचाच तो अवलंब करील, काव्य ही कारखान्यात तयार होणारी बाजारी वस्तू नाही, तो आत्म्याचा सुगंध आहे, ही त्यांची त्या कवितेतील भूमिका. ती त्यांची निर्भेळ कलानिष्ठा दर्शविते. पण केशवसुतांच्या कविमनाला केवळ नवीन कलामूल्यांचाच साक्षात्कार झाला होता असे नाही. जीवनाकडे पाठ फिरवून स्वतःच्या आनंदात दंग होणाऱ्या कलेपेक्षा जीवनाची पाठराखीण होणारी कला समाजाला अधिक जवळची आहे, ही जाणीवही त्यांना तितक्याच तीव्रतेने झाली होती. कलात्मकता व सामाजिकता यांच्यात त्यांच्या दृष्टीने कुठलाच विरोध नव्हता. 'कवितेचे प्रयोजन' या कवितेत काव्यगुण कमी आहेत. पण तिच्यात केशवसुतांच्या मनाची सामाजिक बैठक स्पष्टपणे प्रकट झाली आहे.

काव्य, कला व प्रतिभा यांची स्वरूपे आणि कार्य याविषयी केशवसुतांनी वारंवार लिहिले. तो त्यांच्या चिंतनाचा आणि खास आवडीचा विषय होता. काव्याविषयी सर्वसामान्य समाजात असलेल्या उदासीनतेची ही प्रतिक्रिया होती यात शंका नाही. पण त्याचबरोबर काव्यनिर्मिती हाच आपल्या जीवनाचा प्रधान हेतू मानणाऱ्या अस्सल कलावंताचा ध्यासही या विशिष्ट प्रकारच्या कवितांच्या निर्मितीमागे होता.

केशवसुतांच्या या ध्यासात विकृत आत्मनिष्ठा आहे, अशी माधवराव पटवर्धनांनी त्यांच्यावर टीका केली आहे. ते म्हणतात, 'आपल्या कवित्वाची मधूनमधून अशी सारखी जाणीव होत राहणे हे एक रोगटपणाचे लक्षण आहे.' माणसाने स्वतःविषयी किंवा आपल्या धंद्याविषयी फारसे बोलू नये- विशेषतः आत्मस्तुतिपर कधी काही बोलू नये, हा व्यवहारातला शिष्टसंमत संकेत आहे, पण व्यवहारातले कितीसे संकेत कलेच्या जगात पाळले जातात? ही दोन जगे मूलतःच भिन्न नाहीत काय? कलेच्या जगात अशा संकेतांची आवश्यकता तरी काय आहे? व्यवहारात सत्याची स्थिती बुरखा घेऊन फिरणाऱ्या स्त्रीसारखी असते. उलट, सारे बुरखे आणि सारे मुखवटे दूर फेकणे आणि सत्याला- मग त्याचे स्वरूप कोमल असो वा कठोर असो, मोहक असो वा दाहक असो- समोर जाऊन त्याचे स्वागत करणे हे कलावंताचे पहिले कर्तव्य आहे. केशवसुतांनी ते यथाशक्ती केले. ते काव्यवेडे होते. ते चरितार्थाकरिता मुंबईहून सावंतवाडीला, सावंतवाडीहून परत मुंबईला, मुंबईहून भडगावला, तिथून फैजपूरला आणि शेवटी धारवाडला गेले. या साऱ्या भ्रमंतीत एक दिव्य सहचारिणी त्यांना लाभली होती. ती म्हणजे कविता. म्हणूनच काव्यलेखनाला खंड पडला. मनासारखी काव्यनिर्मिती होत नाही, म्हणून रुखरुख

लागली की, 'नादी लावुनि वेडा केलें मजला तूं, सुंदरी! रुष्ट कशी होऊन बैससी आता माझ्यावरी?' (रुष्ट सुंदरीस) आणि 'जिने मला वेडा केलें तिच्यावरी ही फिर्याद!' (फिर्याद) अशा तक्रारी ते करतात. 'मनोहारिणी'मध्ये हेच हृद्गत निराळ्या रीतीने त्यांनी सांगितले आहे.

कुणाला कशाचा ध्यास लागावा आणि त्याने त्याच्यासाठी किती जीव पाखडावा हे इतरांना ठरविण्याचा काय अधिकार आहे? कलावंत आणि ध्येयवादी यांच्या बाबतीत तर ते सर्वथैव अशक्य असते. त्यांच्या विकासाला तो ध्यास— कुठलाही ध्यास हे एक प्रकारचे वेड (obession) असते हे खरे असले तरी— पोषक असतो. केशवसुत काही याला अपवाद नव्हते. स्वभावतःच त्यांना काव्याचे विलक्षण आकर्षण होते. ती मोहिनी फिकी पडावी असे त्यांच्या जीवनात दुसरे काहीच आले नाही. त्या काळाच्या मानानेसुद्धा ते फार उशिरा— वयाच्या तेविसाव्या वर्षी— मॅट्रिक झाले. कॉलेजच्या शिक्षणाची संधी त्यांना मिळाली नाही. ती मिळती तरी कवितेने अंकित केलेले त्यांचे मन इतक्या मोठेपणी तर्कशास्त्राच्या किंवा गणिताच्या अभ्यासात कितपत रमले असते कुणाला ठाऊक! काव्याच्या नादामुळे अभ्यासाकडे त्यांचे दुर्लक्ष होणे स्वाभाविक होते. याबाबतीत हरिभाऊ आपट्यांचे उदाहरण प्रसिद्धच आहे. मॅट्रिक झाल्यावर मुंबई व सावंतवाडी इथे केशवसुतांनी नोकरी केली. शेवटी वयाच्या सत्ताविसाव्या वर्षी (१८९३) मुंबईला बिऱ्हाड करून त्यांनी संसार थाटला. याच वर्षी 'थकलेल्या भटकणाऱ्याचे गाणें', 'क्षणांत नाहीसे होणारे दिव्य भास', 'तुतारी', 'झपूर्झा' इत्यादी सरस कविता त्यांनी लिहिल्या. सुखाच्या झुळकेने प्रफुल्लित होणाऱ्या आणि दुःखाच्या झळीने कोमेजून जाणाऱ्या त्यांच्या मनाचे दर्शन या कवितांच्या द्वारे निःसंशय होते. पण सामान्य संसारी मनुष्याला सहज मिळणारी साधी सुखेही या थोर कवीला लाभू नयेत असाच नियतीचा संकेत होता. प्लेगमुळे मुंबई सोडून केशवसुत खानदेशात गेले. तिथे फैजपूर आणि भडगाव मिळून त्यांनी शिक्षकाची नोकरी सहा वर्षे केली. १९०३ साली सरकारी हायस्कुलात शिक्षक म्हणून ते धारवाडला आले. या भ्रमंतीमुळे वयाच्या सदतिसाव्या वर्षापर्यंत त्यांच्या जीवनात फारसे स्थैर्य असे कधी आलेच नाही. अशा स्थैर्याच्या अभावी मनुष्य आपल्या आवडत्या गोष्टीचा अधिकच ध्यास घेतो, त्या ध्यासात तो आपली सारी दुःखे बुडवून टाकतो. केशवसुतांनी आयुष्यभर तेच केले. काव्याचे लेखन आणि वाचन हेच त्यांचे ध्येय आणि तेच त्यांचे व्यसन झाले. साहजिकच काव्यकला, इतर ललितकला आणि त्या सर्वांच्या उगमाशी असलेली प्रतिभा यांचे चिंतन हा त्यांचा जिव्हाळ्याचा विषय बनला. ज्याच्याविषयी जिव्हाळा वाटतो, ज्यात मन सहजतेने रमते, तेच कवी अधिक चांगले रंगवू शकतो, अशी त्यांची पहिल्यापासून श्रद्धा होती. म्हणूनच काव्य, कला आणि

प्रतिभा यांच्याविषयी ते सतत लिहीत राहिले. ती विकृत आत्मनिष्ठा नव्हती; स्वाभाविक आत्मरति होती. ते केवळ आत्माविष्करण नव्हते; ते एक प्रकारचे आत्मसंशोधनही होते. त्यामुळेच त्यातून 'आम्ही कोण?' आणि 'झपूर्झा' सारख्या वैयक्तिक अनुभूतीला अत्यंत विशाल रूप देणाऱ्या कविता निर्माण झाल्या.

◆

६

शाब्दिक किंवा बौद्धिक कलाकुसरीने नटलेली कविता हे कृत्रिम काव्य होय. अशी कविता ही एक शृंगारलेली, पण निर्जीव पुतळी असते, अशी मनाची विद्यार्थिदशेतच खात्री झाल्यामुळे स्वभावतः रसमधुर असणाऱ्या कवितेच्या निर्मितीकडे केशवसुत वळले. उत्कट आत्मनिष्ठेशिवाय अशी कविता निर्माण होत नाही. ही आत्मनिष्ठा केशवसुतांच्या ठिकाणी विपुल प्रमाणात होती. इंग्रजी कवितेतून तिचे पोषण झाले होते असे कुणीही म्हणू शकणार नाही. 'गावी गेलेल्या मित्राची खोली लागलेली पाहून' या कवितेतील अनुभूती जेवढी उत्कट तितकीच अस्सल आहे. केशवसुत पुण्याला शिकायला आले तरी त्यांचे अंतःकरण कोकणातच रेंगाळत होते. खाजगीवाल्यांच्या वाड्यातील आपल्या खोलीत रात्री अंथरुणावर अंग टाकले तरी काही केल्या ते झोपी जाऊ शकत नसत. घरच्या आठवणी त्यांचे मन बेचैन करून सोडीत. 'गोष्टी घराकडिल मी वदतां गड्या रे' (१८८७) ही रसार्द्र कविता या अनुभवांतूनच निर्माण झाली आहे. या कवितेत त्यांनी आपल्या कोकणातील झोपलेल्या घराचे इतके सूक्ष्म चित्र काढले आहे की, कुशल दिग्दर्शकालाही ही कविता चित्रित करताना तिच्यातील विविध दृश्यांची कलात्मक रचना करायला मुळीच त्रास पडणार नाही. काव्यातील जुने कृत्रिम संकेत त्यांनी निःसंकोचपणे कसे झुगारून दिले होते, हे या कौटुंबिक कवितेच्या प्रारंभावरून सहज दिसून येईल. 'आहें घरासचि असें गमतें मनास' असे म्हणून ते कोकणातल्या घराच्या वर्णनाला सुरुवात करतात. त्या वर्णनाच्या पहिल्या दोन ओळी अशा आहेत- 'ही देख म्हैस पडवीमधि बांधलेली । रोमंथभाग हळु चावित बैसलेली.' आपल्याकडे म्हशीचा उल्लेख केवळ विनोदानेच (केव्हा खुद्द तिची थट्टा करून, केव्हा तिच्या प्राणनाथाचा उल्लेख करून) करण्याची पद्धत असल्यामुळे या ओळी रसिक म्हणविणाऱ्या अनेकांना खटकल्या. काव्यांत शुकसारिका, हंसमयूर, प्रसंगी कामधेनु, फार काय सहसा कुणी न पाहिलेली चकोर, चातक आणि मंडळी यांचा पिढ्यान्‌पिढ्या चालत आलेला वावर या रसिकांना मान्य होता. पण सत्य आणि कल्पित अशा सुंदर पशुपक्ष्यांनी गजबजलेल्या काव्योद्यानात म्हैस आणून बसविणे हे अगदीच गावंढळपणाचे

आहे असे त्यांचे मत पडले.

पण केशवसुतांनी या ओळी सहेतुक लिहिल्या आहेत. सौंदर्याच्या साचेबंद कल्पनांची कोंडी त्यांना फोडायची होती. काव्यात सुंदर प्राण्यांचेच वर्णन आकर्षक वाटते असे नाही. तसे पाहिले तर ते वर्णन केवळ बाह्यरूपाचे असते. पण काव्याला सरसता येते, ती जिव्हाळ्यामुळे, कवीच्या अंत:करणातील ओलाव्यामुळे. जिव्हाळा असला म्हणजे व्यवहारात सुंदर न वाटणारी वस्तू, प्राणी, व्यक्ती किंवा प्रसंगसुद्धा काव्याला पोषक होऊ शकतो. केशवसुतांनी हे जाणले होते. शब्दांच्या बाबतीतही त्यांचा हाच दृष्टिकोन होता. लष्करात प्रवेश मिळवायला अमुक फूट उंची, तमुक इंच छाती वगैरे वगैरे गोष्टी आवश्यक असतात. त्याप्रमाणे काव्य सजविण्याकरिता इतके गोड किंवा तितके सुसंस्कृत शब्द असले पाहिजेत, असा पूर्वीचा संकेत होता. पण शब्दसुद्धा बाह्य रूपापेक्षा समर्पकता व अर्थवाहकता यांच्यामुळेच रसपरिपोष करू शकतात. 'गोष्टी घराकडिल मी वदतां, गड्या रे' या कवितेतील 'हीं चार-पांच चढुनी हळु पायटाणें। या ओसरीवर अता जपुनीच येणें।', 'ती एक खाट अवलोक समोर आतां' इत्यादी स्थळे या दृष्टीने अभ्यसनीय आहेत.

'गोष्टी घराकडिल मी वदता, गड्या रे-' ही कविता केशवसुतांनी १८८७ मध्ये लिहिली. 'नैर्ऋत्येकडील वारा' या कवितेचा लेखनकाल १८९८ आहे. ही कविता लिहिण्याच्या वेळी कवी खानदेशात गेला आहे. त्याला प्रिय असलेल्या कोकणापासून तो फार दूर आहे. पण 'नैर्ऋत्येकडील वारा' त्याला त्या प्रिय जन्मभूमीची आठवण करून देतो. खानदेशातल्या आपल्या बिऱ्हाडात उदासपणाने बसलेले केशवसुत या वाऱ्याचा स्पर्श होताच कोकणातल्या नारळीपोफळींच्या रायांत फिरू लागतात, क्षणभर लहानपणी पाहिलेल्या पडक्या किल्ल्यात वावरतात आणि सागराच्या गर्जनेने पुलकित होतात. 'नैर्ऋत्येकडील वारा' ही जिव्हाळा आणि कल्पकता यांचा सुंदर संगम साधलेली एक हृदयंगम कविता आहे.

केशवसुतांच्या आत्मपर कवितांत 'दुर्मुखलेला' व 'दिव्य ठिणगी' या काव्यगुणांच्या दृष्टीने सामान्य आहेत. पण त्यांच्या स्वभावावर वा जीवनावर प्रकाश टाकणाऱ्या कविता या दृष्टीने त्यांना महत्त्व आहे. 'दुर्मुखलेला' ही १८८६ तली कविता. वर्गात एका शिक्षकांनी- ते शिक्षक प्रख्यात संस्कृत पंडित वामन शिवराम आपटे होत- केशवसुतांना 'दुर्मुखलेला' म्हटले. केशवसुतांचे त्या वेळचेच काय, पण कुठलेच छायाचित्र उपलब्ध नसल्यामुळे या शब्दात सत्य किती होते व विनोद किती होता हे सांगता येत नाही. पण वर्षानुवर्षं तेच तेच शिकवीत राहिल्यामुळे आणि अनेक विद्यार्थ्यांच्या मठ्ठपणामुळे शिक्षकांना कोणत्यातरी रीतीने आपली करमणूक करून घेण्याची लहर येते. ही करमणूक बहुधा विद्यार्थ्यांच्या अंगावर बेतते, हा नेहमीचा अनुभव आहे. केशवसुतांच्या बाबतीत असेच झाले असावे. पण या कठोर थट्टेने

त्यांचा स्वाभिमान उसळून आला. 'माझ्या दुर्मुखल्या मुखामधुनि या चालावयाचा पुढे। आहे सुंदर तो सदा सरसवाङ्‌निष्यन्द चोहीकडे!' हे उद्‌गार त्यांच्या स्वभावाइतकाच त्यांच्या जीवनध्येयावरही प्रकाश टाकतात. कोकणातून आलेल्या आणि इंग्रजी सहावीत शिकणाऱ्या विद्यार्थ्याचे हे उद्‌गार वाचले, म्हणजे त्याच्या मनाची घडण याच वेळी कशी झाली होती आणि आयुष्यभर त्याने काव्याचाच ध्यास का घेतला, हे सहज कळून येते.

'दिव्य ठिणगी' (१८९०) या कवितेत या ध्यासाच्या पायी केशवसुतांना जीवनातल्या इतर सुखांचा कळत नकळत जो त्याग करावा लागला होता, त्याचे चित्रण आहे. प्रॉमिथिअसने स्वर्गातून जसा अग्नी आणला, त्याप्रमाणे या कवितेतील कवी काव्याची 'दिव्य ठिणगी' मोठ्या कष्टाने संपादन करून पृथ्वीवर येतो. या एका स्वर्गीय स्फुलिंगाकरिता आपण किती ऐहिक सुखे गमावली, याची त्याला त्या क्षणी पूर्ण कल्पना येते. तो म्हणतो :

येथें येऊनि पोचतां, बलि दिला
ज्वालेस त्या मीं किती
तें मातें कळलें पुरें- परि तुम्हां
त्याची कशाला मिती?
ज्याला मी मुकलों, विषाद मजला
त्याचा मुळीही नसे
जें पृथ्वीवर आणिलें जन तया
धिक्कारिती हा! कसे!

कवीचे आणि काव्याचे मोठेपण याविषयी केशवसुतांनी वारंवार पोटतिडिकेने का लिहिले आहे, हे वरील श्लोकातील त्यांचा कटू अनुभव लक्षात घेतला की, सहज लक्षात येते. नवी कविता उपेक्षित, जवळजवळ दुर्लक्षित होती. केशवसुतांसारखे कवी जी धडपड करीत होते, तिचे मर्मच समाजाला कळले नव्हते. मग या कवितेचे महत्त्व त्याला कसे पटावे?

पण केशवसुतांचे काव्यविषयक दुःख एवढेच नव्हते. व्यवहाराकडे पाठ फिरवून ज्या कवितेची उपासना त्यांनी एवढ्या निष्ठेने केली, ती तरी त्यांच्यावर सदैव प्रसन्न कुठे होती? काव्यनिर्मितीची शक्ती ही शारदेची कृपा. पण सरस्वती ही शंकराची सून असल्यामुळेच की काय, सासऱ्याच्या लहरीपणाचा थोडा-फार भाग तिच्या वागणुकीतही अनुभवाला येतो. ती काही काही वेळा आपल्या प्रिय भक्ताशीसुद्धा लपंडाव खेळते. सुंदर कल्पना सुचली, म्हणून आनंदाने कवीने काव्यरचनेला सुरुवात करावी तर काही केल्या अनुरूप शब्दच सुचू नयेत अशी त्याची अनेकदा

स्थिती होते. सर्व कलावंतांना येणारा हा विचित्र अनुभव आहे. स्वभावत: फारसे भाषाप्रभुत्व नसलेल्या केशवसुतांवर अशावेळी 'शब्दांनो, मागुते या' (१८९२) अशी प्रार्थना करण्याची पाळी आली नसती तरच नवल! कधीकधी काव्यनिर्मितीची शक्तीच आपल्याला सोडून गेली की काय असे कवीला वाटू लागते. 'रुष्ट सुंदरीस' (१८९७) व 'फिर्याद' (१९०२) या कविता अशा प्रकारच्या मन:स्थितीतच लिहिल्या गेल्या आहेत. परिस्थितीच्या प्रतिकूलतेमुळे, आर्थिक, शारीरिक किंवा मानसिक अस्वास्थ्यामुळे आणि काही काही वेळा कलावंतांच्या विकासाची पहिली पातळी मागे पडली तरी दुसऱ्या वरच्या पातळीवर त्याची पावले स्थिर झाली नसल्यामुळे तो मुका होतो. हे मुकेपण त्याला अतिशय अस्वस्थ करून सोडते. पूर्वी आपल्याला जें सहज साधत होते, ते आता साधत नाही हे पाहून तो भांबावतो. मनाच्या क्षितिजावर त्याला नवीन तारे कुठेच दिसत नाहीत. ही अगतिकता, तिच्यातून निर्माण होणारा असंतोष आणि या मानसिक भोवऱ्यातून बाहेर पडण्याकरिता चाललेली आत्म्याची धडपड अनेक श्रेष्ठ कलावंतांच्या आयुष्यात दृष्टीला पडते. ती एक प्रकारची विकासाची पूर्वतयारी असते. त्या नवनिर्मितीच्या प्रसववेदना असतात. बालकवींच्या पत्रांत 'कविता मला सोडून गेली आहे.' अशा अर्थाचे जें आर्त उद्‌गार आढळतात त्यांचे मर्म या मन:स्थितीतच आहे. हरिभाऊंच्या अपूर्ण कादंबऱ्या, ग्रेला 'एलिजी' किंवा टॉलस्टॉयला 'ॲना केरेनिना' पूर्ण करायला लागलेला वेळ इत्यादिकांची कारणे त्या त्या कलावंताच्या प्रतिभेशी, व्यक्तित्वाशी आणि आयुष्यातील चढउतार व सुखदु:खे यांच्याशी संबद्ध आहेत. 'झपूर्झा' केशवसुतांच्या कविमनाची भरतीची लाट आहे. 'हरपलें श्रेय' ही त्याची ओहोटीची लाट आहे.

◆

७

आत्मनिष्ठ कवीला अनेक काव्यविषय स्वत:च्या जीवनातून मिळतात. केशवसुतांच्या अशा आत्मपर कवितांत 'आईकरता शोक' व 'सिंहावलोकन' या वैशिष्ट्यपूर्ण आहेत. आईच्या मृत्यूवरली त्यांची कविता वयाच्या पस्तिसाव्या वर्षी लिहिली गेली. ते काही भावनेच्या ओघात वाहून जाण्याचे कोवळे वय नव्हते. पण मातृवियोगाचे दु:ख त्यांना अत्यंत तीव्रतेने जाणवले असावे हे या कवितेवरून उघड होते. उत्कट भावनेने ही कविता काठोकाठ भरलेली आहे. केशवसुतांच्या काही काही चांगल्या कवितांतसुद्धा रचनेकरिता कवीने घेतलेल्या परिश्रमांची स्पष्ट अथवा पुसट जाणीव वाचकाला होते. ही जाणीव काव्यानंदाला मारक ठरते. या

कवितेत मात्र क्षणभरदेखील तसा भास होत नाही. जखम व्हावी आणि तिच्यातून जसे रक्त वाहू लागावे तसे या कवितेत झाले आहे. बेताबाताची मिळकत व नोकरीतली अस्थिरता या दोन संसारसुखाच्या शत्रूंनी केशवसुतांचा कसा कोंडमारा केला होता, ('धन न करीं वणवण फिरतों, जम कोठे नीट जमेना!') त्यांच्या स्वाभिमानी स्वभावाला कवितेच्या जगातच रमत राहण्यात का आनंद वाटत होता, हा अबोल अभिमानी कवि प्रेमाच्या बाबतीत कसा भुकेलाच राहिला होता, या गोष्टींचीही कल्पना या कवितेवरून येते. पस्तिसाव्या वर्षी लिहिलेल्या या कवितेत कवि आईला उद्देशून म्हणतो-

कठिण जगीं या बघती छिद्र काक सारे
करुणेचें कोठेही नसे लेश वारें!
तुझ्यासवें क्षमा दया
प्रीतिहि गेली विलया!
मदपराध घालुनिया
पोटीं, नुरले कोणी प्रेम करायातें
अंतरले पाय तुझे हाय हाय माते!

'सिंहावलोकन' ही कविता भावनेच्या दृष्टीने अशीच उत्कट आहे. पण तिच्यात केवळ भावनेचा आविष्कार नाही. त्या भावनेच्या जोडीला जीवनाचे खोल चिंतनही आहे. तिच्यात एक तीव्र, दाहक अनुभूति आहे. ती अनुभूति एकट्या केशवसुतांची किंवा त्यांच्यासारख्या शंभरातल्या एखाद्या व्यक्तीची नाही. प्रत्येक मनुष्याच्या अंत:करणाला भेदून जाणारी, एकीकडे दाहकतेने हृदय भाजून काढीत असतानाच दुसरीकडे त्यातले हीण जाळून टाकणारी, माणसाला निखाऱ्यांवरून चालायला लावणारी पण त्याचवेळी ते निखारे त्याच्या अश्रूंनी विझवणारी, मोठी विचित्र पण उदात्त अशी अनुभूती या कवितेत कवीने वर्णन केली आहे.

केशवसुतांनी ही कविता १८९० मध्ये लिहिली. त्यावेळी ते अवघे चोवीस वर्षांचे होते. प्रौढ मनुष्याला आपल्या पूर्वजीवनाकडे वळून पाहण्यात एक प्रकारचा अपूर्व आनंद होतो; बाळपणीचा काळ फार सुखाचा होता अशी भावना त्याच्या मनात निर्माण होते आणि 'ते सुखाचे दिवस गेले' या कल्पनेने त्यांचे मन हुरहुरू लागते. 'उत्तररामचरिता'च्या पहिल्या अंकात 'ते हि नो दिवसा गता:' या उक्तीतून रामचंद्राच्या तोंडून भवभूतीने ती मोठ्या काव्यमय रीतीने व्यक्त केली आहे. पण आयुष्याचे सिंहावलोकन करण्याची इच्छा व्हावी असे हे केशवसुतांचे वयच नव्हते. ते पंचविशीच्या आतच होते. भविष्याची सोनेरी स्वप्ने पाहणे आणि त्यांत धुंद होऊन जाणे हा यौवनाचा प्रकृतिधर्म आहे. पण केशवसुत स्वभावत:च गंभीर व

अबोल होते. त्यामुळेच ते उदास दिसत असावेत. न्यू इंग्लिश स्कूलमधील त्यांचे वर्गबंधू सरदार खंडेराव चिंतामण मेहेंदळे आपल्या आठवणीत म्हणतात, 'केशवसुत वर्गात मिळून मिसळून वागत नसत. मुद्रा नेहमी कोणत्या ना कोणत्या विचारांत गढलेली असे.' तेविसाव्या वर्षी मॅट्रिक झाल्यानंतर कुठेतरी कारकून किंवा मास्तर होणे एवढेच त्यांना शक्य होते. व्यावहारिक आकांक्षांच्या दृष्टीने निराश झालेला मनुष्य अकाली प्रौढ होतो. तसे काहीसे त्यांचे झाले असावे. 'प्रौढत्वीं निज शैशवास जपणें बाणा कवीचा असे,' असे ते पंचविशी उलटते न उलटते तोच सांगतात, त्याचे कारण हे आहे. मात्र 'सिंहावलोकना'त केवळ त्यांच्या निराश मनोवृत्तीचा आविष्कार नाही. आयुष्याचे सिंहावलोकन करताना ते अंतर्मुख होतात. स्वत:चे दोष आणि चुका त्यांना स्पष्टपणे दिसू लागतात. तोंडातून निघून गेलेले कठोर शब्द आणि हातून घडलेले कठोर वर्तन, ही भुताप्रमाणे त्यांना भेडसावतात. प्रियजन, आप्तेष्ट आणि स्नेहीसोबती यांच्याशी वागताना झालेल्या सर्व चुकांचा त्यांना पश्चात्ताप होतो. हृदय एका बाजूला आणि बुद्धी, जीभ, हात वगैरे सर्व दुसऱ्या बाजूला असे सदैव घडते याचे त्यांना वाईट वाटते. अशा चुका सुधारण्याचा निश्चय करूनही त्या सतत आपल्या हातून घडत गेल्या या जाणिवेने ते व्याकूळ होतात. हा पश्चात्ताप आणि ही व्याकूळता त्यांची वृत्ती किती हळुवार होती, हे फार चांगल्या रीतीने सूचित करतात. 'मनुष्याच्या हातून चूक होते, त्या चुकीचा त्याला पश्चात्तापही होतो; पण पश्चात्तापाने चुकीची भरपाई होतेच असे नाही. जीवनातले सर्वांत मोठे दु:ख हे आहे.' अशा अर्थाचा या कवितेचा शेवट मोठा करुण वाटतो. माणसाच्या खोल दु:खांची वर्णने करणारी गीतेच अधिक मधुर वठतात, हे शेलेचे विधान या कवितेच्या बाबतीत पूर्णपणे पटते.

◆

८

आई, मित्र, आप्तेष्ट, जन्मभूमी, इत्यादिकांवर उत्कट प्रेम करणारा मनुष्य पत्नीप्रेमाच्या बाबतीत कसा उदासीन असेल? केशवसुतांचा काळ हा अशाप्रकारच्या प्रेमाचे प्रामाणिक चित्रण करण्याला फारसा अनुकूल नव्हता. अजूनही या बाबतीतल्या आपल्या कल्पना असाव्या तितक्या तर्कशुद्ध नाहीत. प्रसंगी त्या परस्परविरोधीही असतात. पतिपत्नींच्या किंवा प्रेमिकांच्या प्रणय-चित्रणात चुंबन, आलिंगन वगैरे गोष्टींचा उल्लेख येणे अपरिहार्य आहे. पण शरीरापेक्षा आत्मा श्रेष्ठ, त्यामुळे शरीरसुखापेक्षा आत्मसुख श्रेष्ठ, किंबहुना आत्मसुखाच्या तुलनेने शरीरसुख फार क्षुद्र व तुच्छ, जें जें आत्मिक असेल, त्याचा त्याचा श्रेष्ठ साहित्याने स्वीकार आणि

सत्कार करावा आणि जे जे शारीरिक असेल त्याची शक्य तितकी उपेक्षा करावी, त्याला नाक मुरडावे, अशा तऱ्हेचा प्रघात आपल्याकडे मध्यंतरीच्या काळात पडत गेला. देशावर झालेले परधर्मीयांचे आक्रमण व त्यामुळे पावित्र्यपूजनाच्या कल्पनांचा अतिरेक हे त्याचे एक कारण असू शकेल. संस्कृत ललितसाहित्याची परंपरा मात्र प्रीतीच्या कोणत्याही अंगाकडे दुर्लक्ष करणारी नाही. पण प्राचीन मराठीत संतकवी हेच अनेकदा प्रमुख कवी झाल्यामुळे त्यांच्या प्रपंचपराङ्मुखतेची व स्त्रीविषयक वैराग्याची छाया वाङ्मयावरही पडली. वामन पंडितांसारख्या एखाद्या पंडित-कवीने त्या छायेतून मुक्त होण्याचा प्रयत्न केला. पण राधा-कृष्णाचे प्रेम वर्णन करता करता मुक्तता म्हणजे स्वैरता नव्हे, हे पंडितांच्या लक्षात राहिले नाही. शिवाय मुक्तेश्वर वगळला, तर मराठी पंडितकवींत बाण-कालिदासांसारखी तरल सौंदर्यनिष्ठ प्रतिभा असलेला कवीही झाला नाही. सर्व पंडित-कवी मध्यम वर्गातले. या वर्गावरच पावित्र्याच्या खऱ्या-खोट्या कल्पनांचा पगडा अधिक असतो. त्यामुळे लावणीच्या द्वारेच स्त्रीपुरुष प्रेमाचा मराठी वाङ्मयात प्रथम उत्कृष्ट आविष्कार झाला. पण लावणी ही लढाईवर जाणाऱ्या शिपायाच्या व त्याच्याच सामाजिक थरांतील इतर लोकांच्या रंजनाकरिता जन्माला आली असल्यामुळे पंडितांना व पांढरपेशांना तिच्याविषयी उघडपणे आपुलकी व्यक्त करणे अवघड वाटले असले, तर त्यात नवल कसले?

स्त्रीपुरुषांची प्रीती हा जीवनाचा एक प्रमुख आधार आहे. दैव आणि मृत्यू यांच्या छायेत सदैव वावरणाऱ्या मानवाला मिळणारा तो दिव्य आनंद आहे. या प्रीतीचे स्वरूप बहुविध आहे. कामभावनेपासून भक्तीपर्यंत तिचे साम्राज्य पसरलेले आहे. दुष्यंताचे दर्शन होताच मदनशरांनी विद्ध होणारी शकुंतला, गडगडणाऱ्या ढगांची आणि कडकडणाऱ्या विजांची पर्वा न करता चारुदत्ताच्या बाहुपाशांत बद्ध व्हायला निघालेली वसंतसेना, प्रभू रामचंद्रांच्या पावलावर पाऊल ठेवून चौदा वर्षांच्या वनवासाला सिद्ध झालेली सीता, पित्याने केलेल्या पतीच्या अपमानाने क्रुद्ध होऊन यज्ञकुंडात उडी घालणारी पार्वती, बाजीरावावरून जीव ओवाळून टाकणारी मस्तानी आणि पतीच्या चितेवर हसत चढणारी रमाबाई या सर्व प्रीतीच्याच विविध प्रतिमा होत.

पण स्त्रीपुरुषांतील प्रीतीचे हे निरनिराळे पैलू आणि मानवी जीवन उल्हसित व उत्साहित करण्याची तिची शक्ती यांचा मध्यंतरीच्या काळात आपल्या साहित्याला विसर पडत चालला होता. याचा अर्थ मध्ययुगात भारतीय समाजातली माणसे प्रेम करीत नव्हती असा नाही. प्राचीन काळच्या आणि अर्वाचीन काळातील लोकांप्रमाणे त्यांचीही लग्ने होत होती, त्यांनाही मुले होत होती. या काळात मधेच एखादा पृथ्वीराज संयोगितेचे हरण करून प्रीतीच्या उन्मादक स्वरूपाची त्यांना जाणीव

करून देत होता. या काळात घरोघर नवरा-बायको नांदत होती, भांडत होती, वियोगाच्या क्षणी रडत होती, एकमेकांपासून दूर जावे लागले की हुरहुरत होती, मीलनाच्या क्षणी हसत होती, एकमेकांसाठी जीव पाखडीत होती, परस्परांच्या सहवासात शरीरसुखापासून आत्मसुखापर्यंत सर्व प्रकारच्या सुखांचा मनसोक्त आस्वाद घेत होती. पण या सुखांचे चित्रण साहित्यात करणे फारसे शिष्टसंमत मानले जात नव्हते. स्त्रीपुरुषांचे प्रेम रंगात येऊन वर्णन करायचे असेल तर ती प्रीति देवदेवतांची असावी, निदान राजाराणींची असावी किंवा तिने विश्वामित्रासारख्या ऋषीला तपोभ्रष्ट करणाऱ्या मेनकेचे मोहक वर्णन करता करता कामवासनेचे अनर्थ समजावून सांगावेत, असा अलिखित संकेतच मधल्या काळात रूढ झाला. सर्वसामान्य संसारी स्त्रीपुरुषांची प्रीति हा अव्वल दर्जाचा काव्यविषय आहे ही जाणीव या काळात जवळजवळ लुप्त झाली. संतकाव्याचे स्वरूप मुख्यत: पारमार्थिक. त्यामुळे त्यात लौकिक प्रीतीला स्थान नव्हते. पंडिती काव्यात बाहेरच्या लखलखाटाकडे लक्ष अधिक. त्यामुळे अंतरंगीच्या उमाळ्यांचे महत्त्व कमी. पंडिती काव्याच्या या कृत्रिमतेविरुद्ध केशवसुतांनी बंड उभारले. 'कविता व कवि' ही कविता म्हणजे या बंडाचे निशाणच होते. 'कविता अशी असावी आणि तशी नसावी असा कवीला हुकूम सोडणारे तुम्ही कोण?' असा प्रारंभीच्या त्या कवितेत त्यांनी सवाल केला आहे. 'ज्यांत माझें मन रमेल त्याच्यावर मी गाणीं गाईन' ही त्यांची भूमिका आहे. 'जें रम्य तें बघुनिया मज वेड लागे, गाणें मनात मग होय सवेंच जागें' हे 'फुलपाखरू' या कवितेत त्यांनी काढलेले उद्‌गारच प्रारंभापासून त्यांच्या काव्यजीवनाची घडण करीत होते- ज्या काव्यात कवि प्रामाणिकपणे व उत्कटपणे आपल्या अनुभूतींचा आविष्कार करील तेच उत्कृष्ट होईल अशी श्रद्धा त्यांच्या मनात दृढमूल झाली होती. अशी श्रद्धा बाळगणाऱ्या कवीने आपली प्रीती हा एक महत्त्वाचा काव्यविषय करावा आणि प्रेमाचे विविध अनुभव मोकळेपणाने सांगावेत हे स्वाभाविकच होते.

केशवसुतांच्या प्रीतिविषयक महत्वाच्या कवितांचे सामान्यत: तीन वर्ग होतात. पहिला कल्पनारम्य कवितांचा. या वर्गातल्या 'मुळामुठेच्या तीरावर' आणि 'आगबोटीच्या काठाशीं उभ्या असलेल्या तरुणीस' या दोन्ही कवितांतले चित्रण केशवसुतांची सौंदर्यदृष्टी दर्शविणारे आहे. केशवसुतांच्या प्रारंभीच्या कवितांत सहसा न आढळणारा रचनेचा सुबकपणा 'मुळामुठेच्या तीरावर' या कवितेत प्रतीत होतो. मात्र या दोन्ही कवितांतील प्रीतीचे चित्रण थोडे परकीय पद्धतीचे वाटते. तिला मराठी मातीचा वास आहे, पण तो फिक्का वाटतो.

दुसरा वर्ग प्रीतीची थोरवी वर्णन करणाऱ्या, चिंतन आणि कल्पकता यांतून स्फुरलेल्या कवितांचा. या वर्गात 'प्रीति मिळेल का हो-' (१८८८), 'समृद्धि आणि

प्रीति' (१८८९), '-प्रत' (१८८९), 'मयूरासन आणि ताजमहाल' (१८९२) या कविता येतात. या कवितांपैकी 'प्रीति मिळेल का हो?' या कवितेचा प्रारंभ

प्रीति मिळेल का हो बाजारीं?
प्रीति मिळेल का हो शेजारीं?

या रातराणीचा सुगंध घेऊन आलेल्या गोड ओळींनी झाला आहे. या कवनांचे एकंदर स्वरूप कवितेपेक्षा गीतासारखे आहे. त्यामुळे ते अधिकच आकर्षक वाटते. या काव्यातला विचारही केशवसुतांच्या प्रीतीच्या कल्पनेवर प्रकाश टाकणारा आहे. ते प्रीतीत जसे भोगाल, तसेच त्यागाला महत्त्व देतात. स्त्रीपुरुषांचे प्रेम ही देवघेव नाही, तो सौदा नाही, ती भक्ती आहे. भक्त देवाला आपले सर्वस्व देतो. भाव तिथे देव एवढेच तो जाणतो. प्रीतीचे अंतिम, परम उच्च आणि सत्य स्वरूप हेच आहे. जी प्रेमविषयाकरिता स्वतःला विसरते, ती खरी प्रीती. तिथे स्वार्थाला जागा नाही, व्यावहारिक विचारांना अवसर नाही, ज्ञानाच्या, पैशाच्या किंवा प्रतिष्ठेच्या खोट्या अभिमानाला थारा नाही. पतिपत्नींची जीवने एकत्र येतात, ती फुलतात, सुखी होतात; कोमेजतात, दुःखी होतात. या सर्व अनुभूतींतून ती एकरूप होत जातात. पतिपत्नी सर्व प्रकारच्या संकटांना तोंड देतात ती अशाच प्रीतीच्या बळावर. सावित्री-सत्यवानाची कथा हे अशा काळावरही मात करणाऱ्या प्रीतीचेच एक प्रतीक आहे.

'मयूरासन आणि ताजमहाल' या सुनीतात प्रीतीचे हे श्रेष्ठत्व केशवसुतांनी कल्पकतेने मांडले आहे. '-प्रत' मध्ये प्रेमिकांची एकजीवता चमत्कृतिजनक, पण हृदयंगम रीतीने वर्णन केली आहे. 'समृद्धि आणि प्रीति'मध्ये प्रेयसीवाचून ऐशआरामात राहण्यापेक्षा तिच्या सहवासात ओसाड जागी राहण्यात आणि तिला तिथे सुखी करण्याचा प्रयत्न करण्यात पुरुषाला जो आनंद वाटतो, त्याचे वर्णन आहे. त्या ओसाड जागी आपण दोघे कसे राहू हे मित्राला सांगताना या कवितेतील नायक म्हणतो,

कांटे झाडिन मी, पशू वधिन मी,
किल्ला तिला बांधिन
मी तीतें सुख व्हावयास अपुले
हे प्राणही टाकिन
बांधू आम्हि परस्परांप्रत लता-
जालीं सुखाने गळीं
स्वर्गाला निरयामधून पहिल्या
काढूं अम्ही त्या स्थळीं!

प्रीती आणि पराक्रम यांचे संबंध स्त्रीपुरुषांसारखेच निकटचे आणि चिरंतन आहेत, हे या कवितेत चांगल्या रीतीने सूचित झाले आहे.

'विकसन' (१८८९) ही केशवसुतांच्या प्रेमकाव्यातली एक दुर्लक्षित कविता आहे. तारुण्याच्या उंबरठ्यावर उभ्या असलेल्या एका कुमारिकेचे हे चित्र आहे. यौवनाच्या अज्ञात, पण अद्भुतरम्य प्रदेशात तिचे पुढचे पाऊल पडले आहे. मागचे पाऊल अजून मुग्धतेच्या भूमीवरून तिने पुरते उचललेले नाही. पूर्वी कधीही न अनुभवलेल्या एका नवीन सुगंधाने तिचे मन धुंद होऊ लागले आहे. प्रीती तिला पुढे ओढीत आहे आणि लज्जेतून निर्माण झालेली भीती तिला मागे खेचीत आहे. अवघ्या आठ ओळींत हे चित्र कवीने या कवितेत कुशलतेने सजीव केले आहे.

'माझा अन्त' (१८९०) या कवितेतील अनुभूती सर्वस्वी निराळी आहे. 'विकसन'मध्ये उमलत्या सौंदर्याचे वर्णन आहे. 'माझा अन्त'मध्ये विकसित सौंदर्याचा तरुण मनावर होणारा दाहक परिणाम वर्णन केला आहे. 'वृक्षावरी वीज जधी पडावी। त्याच्या स्थितींतचि तिची महती पहावी' या ओळीत केशवसुतांच्या प्रतिभेचे उज्ज्वल स्वरूप दृष्टीला पडते. या ओळींनीच 'गोविंदाग्रजां'च्या मनात 'प्रेम व मरण' या कवितेचे बीज टाकले असले पाहिजे. गडकऱ्यांची ही फार आवडती कविता होती.

केशवसुतांच्या प्रेमपर कवितांचा तिसरा वर्ग म्हणजे त्यांच्या स्वतःच्या दैनंदिन अनुभवांतून आणि भावभावनांतून निर्माण झालेली कविता. 'प्रियेचें ध्यान' (१८८६), 'कर्तव्य आणि प्रीती' (१८९०), 'चिरवियुक्ताचा उद्गार' (१८९२), 'थकलेल्या भटकणाराचें गाणें' (१८९३), 'फार दिवसांनी भेट' (१८९८), 'प्रणयकथन' (१८९८), 'स्मरण आणि उत्कंठा' (१९०१), 'प्रीतीची भाषा'.

'थकलेल्या भटकणाराचें गाणें' (१८९३) ही कविता बाह्यतः 'रुष्ट सुंदरीस', 'फिर्याद' व 'मनोहारिणी' यांच्यासारखी वाटते. काव्यशक्तीचा रुसवा व तो दूर व्हावा म्हणून कवीने केलेली तिची आळवणी त्या कल्पनेतून ती निर्माण झाली असावी असा भास होतो. पण १८८९ मध्ये प्रवेशपरीक्षेत उत्तीर्ण झाल्यापासून पुढे तीन-चार वर्षे केशवसुत स्थिर अशी नोकरी करू शकले नाहीत. त्यामुळे १८९३ पर्यंत त्यांच्या संसाराची खरीखुरी सुरुवातच झाली नव्हती, हे लक्षात घेतले म्हणजे कवितेतल्या विरहभावनेचा काव्यशक्तीशी संबंध नसून, ती पत्नीलाच उद्देशून लिहिली गेली असावी असे आपोआप अनुमान निघते. तिच्यातली भावनेची उत्कटताही हे सिद्ध करण्याला समर्थ आहे. विशेषतः पुढील ओळींतील आत्मपर भाग अगदी उघड आहे-

भणभण वणवण करित अधिक
मज आढ्यींहि जगिं नच फिरवे!
किती रहावें तुजविण आतां

धीर न मजला क्षण धरवे!
कितिक योजिले यत्न यावया
तुजशीं मी उत्सुकतेने!
व्यर्थ जाहले अवघे! दुर्धर
कसें न व्हावें मग जगणें?

तरि माझी ती भेटेल का?
पांग मनींचा फिटेल का?
अलिंगूं ती झटेल का?
क्षमा करिल का मला चुक्यांची!
पुसतों मी माझें बरवें
किती रहावें तुजविण आतां!
धीर न मजला क्षण धरवे!

केशवसुतांचे पत्नीप्रेम 'प्रियेचें ध्यान' या १८८६ साली लिहिलेल्या कवितेपासून 'स्मरण आणि उत्कंठा' या १९०१ सालच्या सुनीतापर्यंत सर्वत्र दिसून येते. या प्रेमात विरहापासून मीलनापर्यंत आणि शरीरसुखाच्या भावनेपासून आत्मिक एकरूपतेच्या कल्पनेपर्यंत सर्व प्रकारची चित्रे आहेत. केशवसुतांचे धाकटे बंधू सीताराम केशव दामले यांनी त्यांची पत्नी रूपाच्या दृष्टीने फार सामान्य होती असे सांगितले आहे. ते खरेही असेल. जगात खरी सुंदर माणसे काय किंवा खरी बुद्धिवान माणसे काय, थोडीच असतात. पण भावनाशील मनुष्य प्रेम करतो, ते काय केवळ रूपावर? छे! फुलाच्या रंगापेक्षा त्याचा सुगंधच त्याला अधिक प्रिय असतो. सी. के. दामले यांनी केशवसुतांच्या पत्नीविषयी 'त्या अत्यंत गरीब, सालस व सरळ स्वभावाच्या होत्या' असे लिहिले आहे. त्या जशा सुरूप नव्हत्या, तशा शिकलेल्याही नव्हत्या. केशवसुतांचे काव्य कदाचित त्यांनी उभ्या जन्मात वाचले नसेल. पतीच्या नोकरीच्या अस्थिरतेमुळे आणि सदैव गरिबीतच संसार करावा लागल्यामुळे त्यांना पुष्कळ कष्ट काढावे लागले असतील. पण अशाप्रकारच्या कोणत्याही अंतरायामुळे या पतिपत्नींचे प्रेम उणे झाले नाही. उलट ते दुणावतच गेले. धारवाडला एका खोलीत संसार थाटून केशवसुत 'मजेत राहत होते' असे त्या वेळचे त्या हायस्कुलातले चित्रकला-शिक्षक मणेरीकर यांनी नमूद केले आहे. 'फार दिवसांनी भेट' (१८९८) या कवितेत अगदी अंत:करणाच्या गाभ्यातील रसाने आर्द्र होऊन आलेले केशवसुतांचे उद्‌गारही त्यांच्या पत्नीप्रेमाचे निदर्शक आहेत. 'आईकरिता शोक' या कवितेइतकीच साधी, पण तितकीच भावनापूर्ण अशी ही दीर्घ विरहानंतर झालेल्या पतिपत्नींच्या मीलनावरील कविता आहे. १८९३ साली केशवसुतांनी मुंबईला बिऱ्हाड केले, पण

प्लेगमुळे लवकरच ते मोडावे लागले. शेवटी १८९७ साली केशवसुतांना खानदेशात नोकरी मिळून संसाराला थोडीशी स्थिरता आली. तेव्हाचा हा हृदयंगम प्रसंग आहे. फार दिवसांनी भेटणाऱ्या या दंपतीचे केशवसुत असे वर्णन करतात-

आलिंगन दृढ देतां आला
उभयीं हृदयीं त्वरित उमाळा
नावरून तो रमणीनयनीं
बाष्पें आलीं ऊन होउनी
गलित शीर्ष निज पतिच्या हृदयीं
ठेवुनि, रडली ती त्या समयीं
तोहि उसासे टाकित, तिजला
चुंबित, गाळूं टिपें लागला
उभयाश्रुजलें मिसळुनि गेलीं
बहुतां दिवशीं भेट जाहली

गंगायमुनांच्या संगमाइतकाच संसारांतील अश्रूंचा संगम पवित्र असतो. त्यांचे केवळ वर्णन करूनच केशवसुत थांबत नाहीत. त्या संगमांतच त्यांना प्रीतीच्या अमरतेचा साक्षात्कार होतो. म्हणून ते म्हणतात-

'कालें आणिक कष्टदशेने
क्षीणत्वाला होतें जाणें
सगळ्यांचेही, परी प्रीतिचा
जोम वाढतो उलटा साचा.'

दीर्घ विरहानंतरच्या या हृदयंगम मीलनाप्रमाणे प्रेमजीवनातले, अनेक मधुर अनुभव केशवसुतांनी 'प्रियेचे ध्यान', 'चिरवियुक्ताचा उद्‌गार', 'प्रणयकथन', 'प्रीतीची भाषा', 'स्मरण आणि उत्कंठा' या कवितांत ग्रथित केले आहेत. 'प्रणयकथन'सारख्या एखाद्या कवितेतील काही कल्पना इंग्रजीतून घेतल्या असल्या, तरी तिथली अनुभूति अस्सल आहे. त्यात स्त्रीपुरुषांच्या प्रीतीचा एक महत्त्वाचा घटक असलेले शारीरिक आकर्षण स्पष्टपणे चित्रित झाले आहे. पण हे चित्रण कुठेही कलात्मक मर्यादेचे उल्लंघन करीत नाही. इतकेच नव्हे, तर शरीरसुखाची ओढ आणि तिच्यातून निर्माण होणारे आकर्षण या गोष्टी अधिक उच्च, उदात्त व चिरंतन अशा प्रेमाशी विसंगत नाहीत, किंबहुना पहिल्या आकर्षणातून दुसरी भावना निर्माण होणे हीच स्वाभाविक गोष्ट आहे, या सत्याची कवीला असलेली जाणीवही या कवितेत प्रतिबिंबित झाली आहे. 'कर्तव्य आणि प्रीति' ही कविता त्या जाणिवेचे उत्तम

उदाहरण आहे. कवि आपल्या पत्नीपासून दूर आहे. नदीतीरावर एकटाच फिरत आहे. त्याला तिथे फुले दिसतात. ती पाहताच त्याला आपल्या पत्नीची आठवण होते. दुधात साखर मिसळून जावी त्याप्रमाणे आपल्याशी एकजीव होऊन गेलेली पत्नी त्याच्या डोळ्यापुढे उभी राहते. त्या फुलांनी या प्रीतीची तो पूजा करू इच्छितो. तो म्हणतो,

फुलांच्या मी भाषेमधि रुचिर
हें काव्य रचिलें
मिषाने माल्याच्या; ग्रहण कर तूं
तें तर भलें.

प्रत्येक नवरा बायकोसाठी चार सोन्याचे दागिने करतो. लौकिकासाठी त्याला ते करावेच लागतात. पण ते दागिने म्हणजे काही प्रीतीची खरी खूण नव्हे. पत्नीपासून दूर असताना तिच्या आठवणीने पर्युत्सुक होऊन तिच्यासाठी फुलांची माळ करण्यात खरी प्रीती आहे असे कवीला वाटते. यात लोकांचा, कृत्रिमपणाचा काही भाग नाही. स्वतःच्या भावनेचा, प्रीतीच्या स्मरणाचा, मानसिक आकर्षणाचा आणि प्रिय व्यक्तीच्या पूजेचा हा भाग आहे. म्हणूनच शेवटी कवि आपल्या प्रियेला सांगतो,

कधी मी कर्तव्यीं चुकुनि
तव गे चित्त दुखलें,
तरी चित्तामध्ये स्मरण कर हीं
सुंदर फुलें;
जधी या हाताचे सकल बल
जाईल सरुनी
दिलेलें हें त्याने स्मर सखि,
तधी माल्य फिरुनी!

◆

९

'ना. वा. टिळक : व्यक्तिदर्शन व काव्यविवेचन' या पुस्तकात श्री. देवदत्त टिळक यांनी अलीकडेच केशवसुतांच्या प्रेमकवितांविषयी थोडे तुलनात्मक विवेचन केले आहे. ते किंचित एकांगी असल्यामुळे त्याचा इथे ओझरता परामर्श घेणे आवश्यक आहे. ते म्हणतात, 'टिळक हे उच्च पातळीवर उभे राहून प्रेमव्यक्तीकडे

आदर्श दृष्टीने पाहतात. केशवसुतांचे तसे नाही. टिळकांप्रमाणे प्रियेकडे पाहण्याची केशवसुतांची दृष्टी केवळ स्थितप्रज्ञाची नाही... टिळकांच्या प्रेमगीतांत नेहमी त्यांचा ध्येयवाद व सात्त्विक भाव प्रकट होतो... केशवसुतांची प्रेमगीते लौकिक स्वरूपाची वाटतात... टिळक प्रेमाचे शुद्ध आणि वैषयिक असे दोन भाग पडतात. केशवसुत शारीरिक सौंदर्याची गीते गातात आणि ते विशुद्ध प्रेमाचेच एक अंग आहे, असे मानतात.' (नारायण वामन टिळक : व्यक्तिदर्शन व व्यक्तिविवेचन : दे. ना. टिळक; पृ. ८२-८३)

श्री. देवदत्तांचा मुख्य रोख टिळक व केशवसुत या दोन थोर कवींच्या प्रेमविषयक कल्पनांच्या तुलनेवर आहे. टिळकांच्या प्रेमकवितेत शारीरिक सौंदर्याला आणि आकर्षणाला स्थान नाही; म्हणून त्यांचे प्रेम शुद्ध आहे. उलट, केशवसुत शारीरिक सौंदर्याची आणि आकर्षणाची गीते गातात; म्हणून त्यांचे प्रेम वैषयिक व अर्थातच हिणकस आहे असे त्यांना सुचवावयाचे आहे. पण पतिपत्नीमधील प्रीतीचे खरोखर शारीरिक आणि आत्मिक अथवा वैषयिक आणि शुद्ध असे दोन निरनिराळे भाग पाडणे शक्य आहे काय? भारतीय संस्कृतीत व त्यामुळेच पुष्कळ अंशी आपल्या साहित्यात आदर्शवादाची सदैव पूजा होत आली. शारीरिक सौंदर्य, त्याचे आकर्षण आणि त्या ओढीतील व मीलनातील आनंद या सर्व नैसर्गिक गोष्टींकडे उपेक्षेने- प्रसंगी तुच्छतेने- पाहण्याची प्रवृत्ती आपल्या समाजात बळावत गेली. धर्म किंवा तत्त्वज्ञान यांचा जिथे साहित्यावर अवास्तव पगडा बसलेला असतो तिथे असेच घडते. याचा अर्थ प्रत्यक्ष जीवनात आपण शारीरिक सौंदर्याविषयी उदासीन राहू लागलो होतो असा मुळीच नाही. चितोडच्या पद्मिनीपासून बुंदेलखंडातल्या मस्तानीपर्यंत आपल्यांत अशा अनेक स्त्रिया होऊन गेल्या की, ज्या सुंदर नसत्या तर इतिहासाने त्यांचे नाव सुद्धा घेतले नसते. वात्स्यायनाच्या कामसूत्रापासून हालाच्या गाथासप्तशतीपर्यंत अनेक ग्रंथांची पारायणे आपला समाज करीत राहिला. त्यात काही आध्यात्मिक हेतू खास नव्हता. अभिजात संस्कृत ललितवाङ्मयाला मात्र स्त्रीपुरुषांच्या प्रीतीतला शारीरिक भाग कधीच उपेक्षणीय वाटला नाही. दुष्यंत-शकुंतला, चारुदत्त-वसंतसेना आणि पुंडरीक-महाश्वेता यांच्या प्रेमकथा क्षणभर बाजूला ठेवून, बाण-कालिदासांपेक्षा स्वभावतःच गंभीर असलेल्या भवभूतीच्या उदात्त उत्तररामचरिताचा पहिला अंक पाहू या. तिथेही प्रीतीचे शारीरिक व आत्मिक असे निरनिराळे भाग केलेले नाहीत, असेच दिसून येईल. या अंकात रामसीता आपल्या जीवनातील पूर्वप्रसंगांचा चित्रपट पाहत असतात. तो चित्रपट पाहता पाहता त्यांच्या मनात वनवासातल्या अनेक आठवणी जागृत होतात. त्या मधुर स्मृतींना 'अलस लुलित' सारख्या श्लोकांत भवभूतीने जे शब्दरूप दिले आहे, ते काय केवळ आत्मिक प्रीतीचा गौरव करणारे आहे? 'अविदित गतयामा रात्रिरेव

व्यरंसीत' हा त्याचा चित्रणाच्या अनुषंगाने आलेला एक अमर चरण. 'अरण्यात रात्र संपे; पण आपल्या गोष्टी काही केल्या संपत नसत,' अशी राम सीतेला वनवासातल्या रात्रींची आठवण करून देतो. या गोष्टी करताना राम आणि सीता अगदी दूर दूर- देवदत्त टिळक म्हणतात, तशी स्थितप्रज्ञाप्रमाणे- बसत असत आणि दोन पंडितांनी वेदान्तचर्चा करावी तसे त्यांचे रात्रभर संभाषण चालत असे, असे थोडेच आहे! त्यांच्या प्रीतीत दोन आत्म्यांचे अपूर्व मिलन झाले होते हे तर खरेच. पण आत्म्याला झाले, तरी आपल्या भावनांचा आविष्कार करण्यासाठी शरीराचा आश्रय करावाच लागतो. याच अंकाच्या शेवटी सीता निद्रा घेऊ इच्छिते. जवळ उशी नसते. तेव्हा राम 'माझा डावा हात ही तुझी उशीच नव्हे का?' असे तिला म्हणतो. या मधुर उद्‌गारांचे मर्म दुसरे काय आहे? 'टिळकांची प्रियेकडे पाहण्याची दृष्टी स्थितप्रज्ञाची होती' असे देवदत्त टिळक सूचित करतात. प्रियकराने प्रियेकडे स्थितप्रज्ञतेने पाहण्याची ही कल्पनाच मोठी मुलुखावेगळी आहे. त्यात निसर्गाचा अवमान आहे आणि मनुष्यस्वभावाचे अज्ञान आहे. शारीरिक सुख, शारीरिक सौंदर्य, किंबहुना जें जें शारीरिक ते ते खालच्या दर्जाचे आणि खालच्या पातळीवरचे, ते सर्व आत्म्याच्या उन्नतीला हानिकारक, त्याच्याकडे पाठ फिरविणे हेच श्रेयस्कर, अशा प्रकारच्या परंपरागत एकांगी तत्त्वज्ञानातून, इहलोकापेक्षा परलोकाकडे डोळे लावून जीवन कंठणाऱ्या अनैसर्गिक वृत्तींतून पूर्वकाळी स्थानीअस्थानी पावित्र्यपूजेचा जयजयकार करण्यात आला. 'केशवसुतांची प्रेमगीते लौकिक स्वरूपाची वाटतात' असे देवदत्त टिळक म्हणतात ते याच दृष्टीने. प्रीती म्हणजे आत्म्याचे आत्म्याशी लागलेले लग्न किंवा तसलेच काही तरी असले पाहिजे, असा त्यांचा आग्रह आहे. पण इतिहासपुराणे, काव्यनाटके, मानसशास्त्र, शरीरशास्त्र आणि या शास्त्रांशी संबंध असलेली अनेक शास्त्रे, प्रीतीचा अनुभव घेतलेले आणि घेणारे कोट्यवधी स्त्रीपुरुष या सर्वांच्या साक्षी या आग्रहाविरुद्धच जातील. प्रीतीची अनुभूती जशी केवळ शारीरिक नाही, तशी ती केवळ आत्मिकही नाही. मनुष्य म्हणजे नुसती माती नव्हे, मनुष्य म्हणजे नुसता अग्नी नव्हे, मातीतून प्रकट होणारी आणि त्या मातीला सुवर्णाची शोभा प्राप्त करून देणारी ज्योती म्हणजे मनुष्य. केशवसुतांची भूमिका हीच होती. लोकांना सवयीमुळे किंवा परंपरेच्या दडपणामुळे जे आवडत आले होते, ते काव्य म्हणून त्यांच्यापुढे मांडण्याची त्यांची इच्छा नव्हती. त्यांना स्वत:च्या खऱ्याखुऱ्या उत्कट भावभावना व्यक्त करायच्या होत्या. त्यांनी प्रीतीचा जो अनुभव घेतला, तो त्यांच्या प्रेमगीतांत व्यक्त झाला. लाखो लोकांना तोच अनुभव आहे. म्हणूनच या कवितांत आपल्याला अवीट गोडी वाटते. त्यात अलौकिक असे काही नाही, म्हणून त्यांची किंमत कमी मानता येणार नाही. अन्न हे जसे ब्रह्म, तशी शारीरिक प्रीती ही सुद्धा देवता आहे. आपल्या जीवनात आणि साहित्यात शतकानुशतके आदर्शांची गर्दी

होत आली होती. अनेक भरजरी वस्त्रांमध्ये गुंडाळलेले बालक गुदमरून जावे, तशी या आदर्शांच्या अडगळीत वास्तव जीवनाची स्थिती झाली होती. केशवसुतांच्या काळी राजकीय, सामाजिक, धर्मिक वगैरे सर्व क्षेत्रांत जुन्या आदर्शांची कसून तपासणी केली पाहिजे ही जाणीव निर्माण झाली. फुले-रानडे आणि टिळक-आगरकर यांनी हे काम इतर क्षेत्रांत केले. काव्य ही अलौकिकाशी निकटचा संबंध असलेली कला आहे, ते देवदेवतांच्या आणि राजेराण्यांच्या जीवनातच प्रकर्षाने प्रकट होते, सामान्य मनुष्याला असाध्य- निदान दुःसाध्य- असणाऱ्या आदर्शांतच अधिक काव्य असते, या जुन्या समजुतींना केशवसुतांनी धक्का दिला. म्हणूनच त्यांनी मराठी कवितेची दृष्टी आकाशाकडून पृथ्वीकडे, आदर्शाकडून वास्तवाकडे, कल्पनेकडून अनुभूतीकडे, अलौकिकातील काव्याकडून लौकिकातील काव्याकडे वळविली. किंबहुना लौकिक गोष्टींतही अलौकिक गोष्टींइतकेच- प्रसंगी त्यांच्याहून अधिक सरस- काव्य असते याचा साक्षात्कार त्यांना झाला व तो त्यांनी इतरांना घडविला. म्हणूनच प्रेमगीते लिहिताना स्वतःच्या हृदयाचा कानोसा घेण्यापलीकडे त्यांना काहीच करावे लागले नाही. त्यांची प्रेमगीते निःसंशय लौकिक आहेत. पण त्यामुळेच ती रसपूर्ण उतरली आहेत. 'भणभण वणवण करीत फिरणाऱ्या' एका गरीब शिक्षकाच्या आणि सुंदर व सुशिक्षित नसलेल्या त्याच्या पत्नीच्या विरहातल्या आणि मीलनातल्या अश्रूंनी रंगलेली आणि निःश्वासांनी सुगंधित झालेली अशी ही भावकाव्ये आहेत. 'प्रीती मिळेल का, हो-', 'थकलेल्या भटकणाराचे गाणे', 'फार दिवसांनी भेट' ही गीते पुनःपुन्हा गुणगुणण्याचा मोह आपल्याला होतो, तो त्यात सर्वसामान्य संसारी माणसांच्या भावनांचे निर्मळ व सुंदर प्रतिबिंब पडले आहे म्हणूनच.

◆

१०

लौकिकातले काव्य टिपून घेण्याची ही वृत्ती प्रारंभापासूनच केशवसुतांच्या ठिकाणी होती. तिचे पोषण इंग्रजी कवितांच्या परिचयाने झाले. १८८७ साली त्यांनी लिहिलेली 'एक खेडें' ही कविता पाहावी. वर्णन करायचे, तर ते अवंती किंवा इंद्रप्रस्थ यांच्यासारख्या नगरांचे करावे, ही आपली जुनी प्रथा. पण केशवसुतांनी 'एक खेडें'मध्ये जें चित्र रेखाटले आहे, ते कोकणातील 'वळणे' या खेडेगावाचे. सह्याद्रीच्या पायथ्याला असलेल्या या गावातील सृष्टि-सौंदर्याचे

उंच नाहिंत देवळें मुळीं तेथें
परी डोंगर आहेत मोठमोठे

स्तोत्र ओढे थांबल्यावीण गाती
सूर वारे आपुला नित्य देती

अशा प्रसन्न शब्दांत त्यांनी वर्णन केले आहे. मात्र या कवितेतील सौंदर्यावर्णनाचा हा झरा स्वत:च्याच नादात नाचत गुंजत पुढे जात नाही. त्यात चिंतन आणि आत्मनिवेदन यांचे ओघ मिसळतात. किंबहुना केशवसुतांची सृष्टिविषयक चांगली काव्ये जशी संख्येने थोडी आहेत (अढळ सौंदर्य (१८८६), एक खेडें (१८८७), भृंग (१८९०), पुष्पाप्रत (१८९२), संध्याकाळ (१८९३), वातचक्र (१८९९) व फुलपाखरू (१९००) याच त्यांच्या अशाप्रकारच्या मुख्य कविता होत.), तशीच सृष्टीशी तन्मय होऊन लिहिलेली किंवा निसर्गपूजेच्या वृत्तीने स्फुरलेली काव्येही त्यात थोडीच आहेत. 'भृंग' ही त्यांची प्रारंभीची एक सुंदर कविता आहे. या कवितेत 'भृंगा'विषयीचे सर्व जुने संकेत सोडून, ते स्वतंत्र वृत्तीने आपल्या कल्पनेमागून गेले आहेत; असे असूनही बालकवी जसे 'निर्झरा'शी समरस होतात, तसे केशवसुत भृंगाशी तद्रूप होऊ शकत नाहीत. कवी व काव्य यांविषयी त्यांच्या मनात सतत घोळत असणारे विचार संधी साधून हळूच या कवितेत प्रवेश करतात. किंबहुना 'भृंगा'मधील

होईल का रसिकता तव लब्ध मातें?
गुंगी मिळेल मजला तव केधवां ते?

या ओळी वाचल्या म्हणजे त्यांची सृष्टिविषयक कविता ही एक प्रकारची आत्मपर कविताच होती असे वाटू लागते. ज्या तन्मय अवस्थेचे वर्णन त्यांनी 'झपूर्झा'मध्ये केले आहे, दिवाळीमध्ये 'उन्मन असा वेड्यापरी गाउनी' असा ज्या मन:स्थितीचा त्यांनी उल्लेख केला आहे, तीच ही 'गुंगी' होय. या वर्गातल्या 'संध्याकाळ' कवितेचा शेवटसुद्धा त्यांनी असाच केला आहे. 'पुष्पाप्रत' या कवितेत

रम्य धुक्याची अद्‌भुत सृष्टि
तींत उघडिसी अपुली दृष्टि
मग तो भास्वान् तुजवरिं करतो
तेजाची वृष्टि!

असे शेलेला शोभणारे कडवे लिहून आणि 'चिरतरुण' व 'चिररुचिर' अशा भावपूर्ण शब्दांनी पुष्पाचा गौरव करूनही कवी लगेच

काळोखाच्या जगामधें या
मृत आशांच्या चितांवरुनियां

पिशाच माझें भटकत आहे
शांति नसेचि तया!

असे उद्‌गार काढतो. 'वातचक्र' या कवितेची प्रारंभीची दोन कडवी मोठी रेखीव आणि आकर्षक आहेत. शब्द, नाद आणि चित्र यांचा काव्यात्मक संगम त्यात झाला आहे. पण कवितेच्या शेवटच्या कडव्यापर्यंत कवीची ही वृत्ती टिकत नाही. ती वावटळ जणूकाही त्यांच्या वैयक्तिक दुःखावरल्या जखमेची खपली उडवून टाकते मग ती जखम वाहू लागते आणि कवी म्हणतो-

मींहि कशाला येथ रहावें?
काय असे ज्या मीं चिकटावें?
वाटे गिरक्या घेत मिळावें-
या पवनाच्या चक्रीं, होउनि लीन सच्चिदानंदांत!

'फुलपाखरू' या सुंदर कवितेतही कवीच्या उदास मनोवृत्तीचा उद्रेक अचानक होतो. पहिल्या पाच कडव्यांत तरल कल्पना व रेखीव चित्रण यांचा असा सुरेख मेळ पडला आहे की, फुलाफुलांवरून बागडणाऱ्या त्या सुंदर फुलपाखराच्या स्वैर भ्रमणाशी रसिक तन्मय होऊन जातो. पण सहाव्या कडव्यात 'तिमिरीं आम्ही नित्य रखडणें। विवंचनांतचि जिणें कंठणें।' असे म्हणून कवी स्वतःच्या दुःखाकडे वळतो आणि मग मध्येच भंगलेल्या सुंदर मूर्तीप्रमाणे या कवितेची स्थिती होते.

बाळपणी पाहिलेल्या कोकणातील रम्य सृष्टीवर केशवसुतांचे फार प्रेम होते. ती त्यांची एक स्फूर्तिदेवता होती. 'जेथें ओढे वनराजी। वृत्ती रमे तेथें माझी' असे ते 'हरपलें श्रेय'मध्ये सुद्धा सांगतात. 'नैर्ऋत्येकडला वारा' या कवितेत त्यांना आपल्या जन्मभूमीविषयी वाटणारी ओढ फार चांगल्या रीतीने प्रकट झाली आहे. पण निसर्गसौंदर्यात त्यांचे मन रमत असले तरी ते तिथे स्थिर होत नाही. अत्यंत हळुवार वृत्तीमुळे असो, आकांक्षा व अनुभव यातील अंतरामुळे असो, स्वतःची दुःखे कुणापाशीही बोलून न दाखविण्याच्या स्वभावामुळे असो, त्यांच्या मनात एक न्यूनगंड निर्माण झाला असावा. तो न्यूनगंड त्यांना सृष्टिसौंदर्याशी समरस होऊ देत नाही. ते सौंदर्य पाहता पाहता आपल्या जीवनात असलेला त्याचा अभाव त्यांना चटकन तीव्रतेने जाणवतो. मग त्यांच्या अशाप्रकारच्या कवितेची स्थिती उल्हासाने रानावनांत बागडता बागडता मध्येच पारध्याच्या बाणाने विद्ध होऊन धरणीवर रक्ताच्या थारोळ्यात कोसळणाऱ्या हरिणीसारखी होते. कोकणासारख्या निसर्गसुंदर प्रदेशात वाढलेल्या, त्याच्यावर मनःपूर्वक प्रेम करणाऱ्या आणि प्रौढपणी दूर ठिकाणीसुद्धा त्याच्या मधुर स्मृतींनी पुलकित होणाऱ्या या कवीची निसर्गविषयक

कविता जीवनातल्या नैराश्याने काळवंडून जावी, ही कलेच्या दृष्टीने मोठी दुःखाची गोष्ट आहे. पण जिथे प्रत्येक माणसाचे मन हेच मुळात एक मोठे गूढ असते, तिथे कवीच्या मनात प्रकाश आणि अंधार यांची पाठशिवण का व कशी घडते हे ओळखणे आणि तिची चिकित्सा करणे किती अवघड आहे, याची कल्पनाच केलेली बरी.

◆

११

केशवसुतांच्या निसर्गविषयक कवितांत मावळत्या संध्येचे सौंदर्य आहे. 'वातचक्र' ही या प्रकारची त्यांची उत्कृष्ट कविता म्हणता येईल. पण या कवितेकडून केशवसुतांच्या सामाजिक कवनांकडे वळले की, लगेच त्यांचे व्यक्तित्व दुहेरी आहे याची जाणीव होते. 'गातों म्हणून कवनीं फुलपाखरातें। व्हायास सौख्य मम खिन्न अशा मनातें' असे उद्गार काढणारा कवीच 'हल्ला करण्या तर दंभांवर- तर बंडांवर। शूरांनो, या त्वरा करा, रे' किंवा 'स्वहृदय फाडुनि निज नखरीं चिवट तयाचे दोर। काढुनि गोफण वळतों मी सत्त्वाचा हा चोर', 'वैर तयांना जें गरिबी शिकवितात बालांस। वैर तयांना थप्पड बसतां चोळिति जें गालांस' असे ओजस्वी उद्गार काढू शकतो हे क्षणभर खरेसुद्धा वाटत नाही. पण केशवसुत वैयक्तिक दुःखांच्या बाबतीत जितके हळुवार, तितकेच सामाजिक दुःखांच्या बाबतीत झुंजार होते. जणूकाही प्राजक्ताची फुले आणि हिरकण्या यांचे एक विलक्षण रसायनच त्यांच्या व्यक्तित्वाच्या रूपाने साकार झाले होते. त्यांच्या आत्मपर कवितांत जें उदास वातावरण आहे, त्याचा वास-वारा सुद्धा त्यांच्या सामाजिक कवितेला लागलेला नाही. तिथे तो आशावादाचे निशाण हातात घेऊन आपल्या देशबांधवांना 'रडोत, रडतिल रांडापोरें। गत शतकांची पापें घोरें। क्षालायाला तुमची रुधिरें। पाहिजेत रे! स्त्रैण न व्हा तर' असे आवाहन करीत असलेले दिसतात. या आवाहनात कुठलीही कृत्रिमता नाही किंवा पोकळपणा नाही. ती केवळ शाब्दिक घोषणा नाही, हे वाचकाला तत्काळ जाणवते. एरवी समर्पक आणि रसपरिपोषक शब्दाकरिता अडखळणारे आणि मंद दृष्टीच्या मनुष्याने पायऱ्यांवरून बेताने उतरावे त्याप्रमाणे एकेक शब्द विचारपूर्वक टाकीत रचना करणारे केशवसुत 'तुतारी', 'स्फूर्ती', 'गोफण' वगैरे कवितांत बेहोश होऊन गात सुटतात, गर्जत राहतात. उत्कृष्ट पोवाड्यात आढळणारा जोम त्यांच्या या कवितांत आहे. अगदी अज्ञानदास किंवा तुळसीदास यांची आठवण व्हावी असा. या नव्या पोवाड्यांना कुठलीही पूर्वपरंपरा नव्हती. किंबहुना काव्यविषयक, सृष्टिविषयक किंवा चिंतनपर कवितांना तशा

प्रकारच्या इंग्रजी कवितांपासून जी थोडी-फार स्फूर्ती केशवसुतांना मिळाली असेल, तिचाही याबाबतीत अभाव होता. स्वत:च्या जीवनाचा विचार करताना त्यांच्या मनावर पडणारी निराशेची छाया आणि त्यामुळे सूर्यग्रहणाच्या वातावरणाची आठवण करून देणारे त्यातले चित्रण यांचे पुसट स्मरणसुद्धा त्यांच्या सामाजिक कविता वाचताना होत नाही. इथे सूर्य पूर्ण तेजाने तळपत आहे. तो मध्यान्हीचा सूर्य आहे. इतर कुठल्याही ऋतूतला नव्हे, ग्रीष्मातला! 'वातचक्र' लिहिणारे केशवसुत आणि या कविता लिहिणारे केशवसुत हे दोन निरनिराळे कवी असावेत असे वाटण्याइतक्या या कविता भिन्न आहेत.

हे ओजस्वी काव्यलेखन केशवसुतांना कसे साधले? त्यांचे व्यक्तिमत्त्व दुभंगलेले होते, की दुहेरी होते? कुठल्याही राजकीय किंवा सामाजिक चळवळीशी त्यांचा साक्षात संबंध आल्याचे दिसत नाही. अशा चळवळीत भाग घेण्याची त्यांची प्रवृत्ती नव्हती आणि तसा भाग घ्यायला लागणारे भाग्य म्हणा किंवा स्वास्थ्य म्हणा, त्यांना कधीच लाभले नाही. पण त्यांची प्रतिभा मूलत: आत्मनिष्ठ असली, तरी तिचा आवाका मोठा होता. तिचे नाते गरुडाशी होते, विजेशी होते. केशवसुत आगरकरांचे विद्यार्थी होते. ते मॅट्रिक झाले, त्याच वेळी 'सुधारक' सुरू झाला. आगरकरांविषयी केशवसुतांना अत्यंत पूज्य बुद्धी होती. ती त्यांच्या वृत्तीत दिसून येई, असे त्यांच्या वर्गबंधूंनी नमूद करून ठेवले आहे. त्यामुळे सामाजिकतेचा स्पर्श होताच रणांगणावर मृत्यूच्या दारी पडलेल्या सर फिलिप सिडनेसारखी त्यांच्या प्रतिभेची संपूर्ण आत्मिक शक्ती जागृत होई. भयंकर जखमी झालेला सिडने चार-दोन घटकांचा सोबती होता. तो तहानेने अतिशय व्याकूळ झाला होता. त्याने पाणी मागितले. त्याच्याजवळ असलेल्या एका सेवकाने कसाबसा पाण्याचा एक पेला पैदा केला. तो सिडने तोंडाला लावणार, इतक्यात जवळच कुणाचे तरी कण्हणे त्याला ऐकू आले. त्याने कष्टाने मान वळवून पाहिले. पलीकडेच एक सैनिक त्याच्याप्रामाणेच मृत्यूच्या दारी पडला होता. तोही तहानेने व्याकूळ झाला होता. त्याला पाणी हवे होते. 'पाणी-पाणी' हे त्याचे अस्पष्ट शब्द सिडनेने ऐकले मात्र! त्याने आपल्या हातातला पेला सेवकाच्या हातात परत दिला. घायाळ होऊन पडलेल्या आणि तहानेने व्याकूळ झालेल्या त्या सैनिकाला तो द्यायला त्याने सांगितले. ते सांगताना सिडने एवढेच म्हणाला, 'माझ्यापेक्षा त्याची गरज मोठी आहे.'

केशवसुतांच्या बाबतीत हेच घडले. वैयक्तिक दु:खाने एकीकडे व्याकूळ होत असतानाच दुसरीकडे सर्व सामाजिक दु:खांची जाणीव त्यांना सतत टोचत राहिली. हळूहळू तिचे तीव्र आचेत रूपांतर झाले. देशाचे राजकीय पारतंत्र्य त्यांच्या मनाला किती बोचत होते, हे 'एका भारतीयाचे उद्‌गार' (१८८६) या इंग्रजी सहावीत

असताना त्यांनी लिहिलेल्या कवितेवरून दिसून येते. टिळक-आगरकरांसारख्या गुरूंच्या हाताखाली केशवसुत शिकत असल्यामुळे ही भावना जागृत होणे अगदी स्वाभाविक होते. कलावंताच्या व्यक्तित्वाच्या घडणीत काळाचा थोडा ना थोडा हात असतोच, पण टिळक-आगरकरांच्या हातांखाली शिकलेल्या बहुतेक विद्यार्थ्यांनी शाळेबरोबरच या भावनेचा निरोप घेतला असावा. केशवसुतांच्या हृदयास मात्र सामाजिक दु:खाची जाणीव सतत जाळत राहिली. 'गावी गेलेल्या मित्राची खोली लागलेली पाहून' (१८८७) या कवितेतल्या पुढील ओळी अविस्मरणीय आहेत. मित्राची बंद असलेली खोली पाहून त्याच्या सहवासातले सर्व सुखक्षण त्यांना आठवू लागतात. त्या स्मृतीतले प्रमुख क्षण हे होत :

देशाविषयी गोष्टी बोलत येथें
बसलों, विसरुनि कितीकदां निद्रेतें;
श्वासीं अमुचे श्वास मिळाले, तेव्हां
अश्रूंमध्ये अश्रु गळाले तेव्हां

ऐसें असतां, पहांट भूपाळ्यांला
पक्षिमुखांही लागियली गायाला
हवा चालली मंद मंद ती गार
प्रभाप्रभावें वितळे तो अंधार;

तेव्हां आम्हीं म्हटलें, 'ही ऱ्हासाची
रजनी केव्हां जाईल विरूनि साची?
स्वतंत्रतेची पहांट ती येईल,
उत्कर्षाचा दिन केव्हां सुचवील?

या डोळ्यांनी पहांट ती बघण्याचें
असेल का, हो, नशिबीं दुर्दैव्यांचे?
किंवा तीतें आणायचे कांही
यत्न आमुच्या होतिल काय करांही?

या ओळीत व्यक्त झालेली आर्तताच पुढे सामाजिक कवितेच्या रूपाने प्रकट होत गेली. 'गोफण' ही या वर्गातली शेवटची कविता त्यांनी मृत्युपूर्वी अवघे एक वर्ष आधी लिहिली आहे हे लक्षात घेतले, म्हणजे त्यांची ही आर्तता तात्कालिक नव्हती, सामाजिक दु:खाचे चिंतन आणि त्यातून येणारे स्फुरण हा त्यांच्यातल्या कवीच्या व्यक्तित्वाचा एक भाग होता, हे स्पष्ट होते.

मात्र 'एका भारतीयाचे उद्‌गार' या कवितेत जी राजकीय पारतंत्र्याची खंत व्यक्त

झाली आहे, तिने लवकरच त्यांच्या मनात व्यापक आणि सुधारणापर स्वरूप धारण केले. 'भवानी तरवार' सारख्या गहाळ झालेल्या त्यांच्या एखाद्या कवितेत कदाचित केवळ राजकीय विचार असतील, 'दोन बाजी' या कवितेत किंवा 'नैर्ऋत्येकडला वारा' या कवितेतील पडक्या किल्ल्याच्या उल्लेखात उज्ज्वल भूतकालाचा त्यांचा अभिमान दिसून येतो; नाही असे नाही. पण त्याचे मन समाजाच्या भूतकालापेक्षा त्याच्या भविष्यकालाचाच विचार करीत राहिले व त्यामुळे सामाजिक क्रांती त्यांच्या अशा प्रकारच्या कवितांचा प्रेरक विषय बनला.

केशवसुतांसारख्या कवींच्या बाबतीत असे घडणे साहजिकच होते. कवी स्वभावत: सौंदर्यपूजक असतो. पण त्याचे सौंदर्यप्रेम हे सामान्य मनुष्याप्रमाणे रमणीचे लावण्य किंवा सृष्टीतली रम्य दृश्ये यांच्यापुरतेच मर्यादित असत नाही. तो केवळ चर्मचक्षूंनाच दिसणारे सौंदर्य पाहत नाही; त्याचे अंतश्चक्षूही जीवनाच्या प्रत्येक अनुभूतीतले सौदर्य धुंडाळीत असतात. जिथे जिथे त्याचा कण आढळेल, तिथून तिथून ते तो वेचून घेतात. कलावंत जीवनात सुसंगती शोधीत असतो. तिचे सौंदर्य त्याच्या तृषित अंतश्चक्षूंना तृप्त करते. सत्य, न्याय, दया, त्याग, माणसुकी, इत्यादिकांच्या उत्कट आविष्कारात ते त्याला आढळते. पण या भावनांचा उद्घोष आणि गौरव सर्वत्र आणि सर्वकाळ होत असला, तरी तो बहुधा शाब्दिक असतो. माणसाची जीभ आणि त्याचे हृदय यांत अनेकदा दोन ध्रुवांचे अंतर असू शकते. धर्मग्रंथांतली किंवा काव्यनाटकांतली उदात्त वचने ही सभा-समारंभात ठीक असतात, ती आचरणात आणायची नसतात, हे गृहीत धरूनच बहुसंख्य माणसे जगात वावरत असतात. म्हणूनच सर्वभूती एकच परमेश्वर असल्याची पिढ्यान्‌पिढ्या पोपटपंची करणारा ब्राह्मण, अंत्यजाची सावली अंगावर पडणे हे पाप आहे असे शतकानुशतके मानीत राहिला. आमच्या सामाजिक आत्म्याची किती भयंकर कुरूपता होती ही! पण इंग्रजी राज्य आणि विद्या यांचा अंमल या देशात सुरू होईपर्यंत ती कुणालाही- मग तो कवी असो, संत असो, पंडित असो, वीर असो वा राजकारणी पुरुष असो- तीव्रतेने जाणवली नाही. क्वचित एखाद्या एकनाथाला तिने व्यथित केले. पण रूढीच्या लोंढ्याविरुद्ध पोहण्याचे सामर्थ्य प्राचीन काळात कुणीच प्रकट केले नाही.

कवी या नात्याने केशवसुतांना ही सामाजिक कुरूपता दिसली. 'अंत्यजाच्या मुलाचा पहिला प्रश्न' (१८८८) या कवितेत त्यांनी तिचे भयंकर स्वरूप चित्रित केले. नव्या काळाने सामाजिक मनाच्या शृंखला तोडायला सुरुवात केली होती. त्याला त्यांनी साथ दिली. या कवितेत अन्यायाच्या दर्शनाने क्षुब्ध झालेले कवीचे सामाजिक मनच केवळ प्रतिबिंबित झाले आहे असे नाही. त्याची कलादृष्टीही जागृत असल्याचे प्रत्यंतर या कवितेच्या मांडणीत येते. कवीने हरिजनांवर होणाऱ्या

अमानुष अन्यायांचा पाढा या कवितेत वाचलेला नाही. 'लोकहो, हे तुमच्या माणुसकीला शोभतं का?' असले वक्तृत्व केलेले नाही. एक साधा प्रसंग त्याने वर्णन केला आहे- हरिजनांची मुले रस्त्याच्या कडेला मजेत खेळत होती. त्याच वाटेने एक ब्राह्मण चालला होता. त्याने दरडावून सगळ्यांना वाटेतून दूर व्हायला सांगितले. बहुतेक पोरे घाबरून पळाली. पण एक धीट मुलगा जागच्या जागी उभा राहिला. त्याबरोबर, 'गाढवा, दूर हो! तुझी सावली माझ्यावर पडेल ना!' असे रागाने म्हणत ब्राह्मणाने हातातली काठी त्याच्यावर उगारली. तो बिचारा पोरगा बुचकळ्यात पडला. आपल्या सावलीचा या सद्गृहस्थाला विटाळ का व्हावा, हे कोडे त्याला उलगडेना. घरी जाऊन त्याने आईला विचारले, 'जरी त्यावरी सावली माझि गेली। तरी काय बाधा असे ठेवलेली?' बिचारी हरिजन आई आणि तीही १८८६ तली. ती काय उत्तर देणार? ती एवढेच उद्गारली, 'अम्ही नीच, बा, आणि ते लोक थोर! तया पाहतां होइजे नित्य दूर!'

केशवसुतांनी ही कविता लिहिल्याला सत्तर वर्षे होत आली. हिंदू समाजावरला हा भयंकर कलंक धुऊन टाकण्याचे गांधी-सावरकरांपासून शिंदे-आंबेडकरांपर्यंत आणि कायदे करणाऱ्या सरकारापासून सेवा करणाऱ्या कार्यकर्त्यापर्यंत अनेकांनी आपापल्यापरी प्रयत्न केले. पण अजूनही असंख्य खेडेगावांत हरिजनांना विहिरीवर पाणी भरू दिले जात नाही. मग सामाजिक समानतेची गोष्ट दूरच राहिली. जेव्हा जेव्हा या अमानुष अन्यायाची बातमी मी वृत्तपत्रात वाचतो, तेव्हा तेव्हा 'जरी त्यावरी सावली माझि गेली। तरी काय बाधा असे ठेवलेली?' हा केशवसुतांच्या कवितेतल्या त्या निष्पाप बालकाचा करुण प्रश्न माझ्या कानांत घुमू लागतो. काव्याला सामाजिक विचार वावडा नाही- किंबहुना कोणताही उत्कट विचार काव्याशी विसंगत असू शकत नाही- हे केशवसुतांनी काव्यलेखनाच्या प्रारंभकाळीच जाणले होते, ही गोष्ट या कवितेवरून सिद्ध होते. कविमनाच्या दृष्टीने तीच महत्त्वाची आहे.

आगरकरांनी 'सुधारक' १८८८ साली काढला. त्याच वर्षी ही कविता लिहिली गेली. त्या वेळी सामाजिक सुधारणेच्या कल्पनांची मजल स्त्रीशिक्षण, संमतिवय, पुनर्विवाह वगैरे मध्यमवर्गाला जवळच्या वाटणाऱ्या प्रश्नांपलीकडे फारशी गेली नव्हती. असे असूनही केशवसुतांना अस्पृश्यांवर होणाऱ्या अन्यायाने अस्वस्थ केले, ही गोष्ट त्यांची सहानुभूती किती तीव्र व व्यापक होती हे दर्शविते. त्यांची सामाजिक कविता अस्सल वाटते, ती या गुणामुळेच.

'मजुरावर उपासमारीची पाळी' (१८८८) ही अशीच कवीच्या सहृदयत्वाची आणि त्यातून निर्माण होणाऱ्या सामाजिकतेची बैठक किती विशाल आहे, हे सिद्ध करणारी आहे. काव्यगुणांच्या दृष्टीने ती मध्यम आहे. पण ज्या काळातील कथा-कादंबऱ्यांत मजुरांच्या आर्थिक दुःखाचा उल्लेख सुद्धा आढळणे कठीण आहे, त्या

काळी केशवसुतांनी त्याचा काव्यविषय म्हणून उपयोग केला, ही महत्त्वाची गोष्ट आहे. मजुरी करून कसेबसे पोट भरणाऱ्या- प्रसंगी उपाशी राहावे लागणाऱ्या- माणसाचे दु:ख त्यांनी जाणले आणि ते या कवितेत वेधक रितीने चित्रित केले. या मजुराला उभ्या दिवसात काम मिळत नाही. संध्याकाळ होते. घरी तर गेले पाहिजे! पण ते जायचे कोणत्या तोंडाने? घरातल्या चिल्ल्यापिल्ल्यांच्या चिमण्या चोचींत घालायला चारा आणायचा कुठून? नवरा काही ना काही घेऊन येईल म्हणून घरात बायको आशाळभूतपणे वाट पाहत बसली असेल. भुकेलेली पोरे तिला पुन:पुन्हा त्रास देत असतील. 'पक्षी जसे हे घरट्यास चालती। घेवोनि चारा अपुल्या पिलांप्रती। घेवोनि अन्ना तुमचा घास पिता। येईल तो लौकरि, हो, रडूं नका' अशी ती त्यांची समजूत घालीत असेल. तिला काय सांगायचे? आपल्या डोळ्यांतल्या पाण्याने पोरांच्या पोटांतील आग थोडीच विझणार आहे? आजही ज्याची तीव्रता कमी झालेली नाही, असा हा बेकारीचा सामाजिक प्रश्न केशवसुतांनी जवळ जवळ सत्तर वर्षांपूर्वी हाताळला आणि तोही भावनेला आवाहन करून.

काव्यलेखनाच्या प्रारंभीच सामाजिक विषयांकडे वळलेले केशवसुतांचे मन सतत त्यांचे चिंतन करीत राहिले. पण अंत्यजाचे किंवा मजुराचे सामाजिक दु:ख केवळ भावनात्मक रितीने मांडून त्या मनाचे समाधान होणे शक्य नव्हते. केशवसुत स्वभावत: गंभीर वृत्तीचे. जितके अबोल, तितकेच स्वाभिमानी. अशी माणसे कुठलाही अन्याय मुकाट्याने सहन करू शकत नाहीत. १८८८-१८९५ या काळात आगरकर 'सुधारका'तून सामाजिक अन्यायांवर आपल्या तेजस्वी लेखणीचे प्रहार सतत करीत होते. त्या प्रहारांचे प्रतिध्वनी केशवसुतांच्या अंत:करणात नित्य घुमत असावेत. आपल्या सामाजिक दोषांचे निदान करताना आगरकरांनी लिहिले,

'हे जरठ झाड (भारतीय समाज) कसे तरी अजून उभे आहे. पण त्यात काही त्राण उरलेले नाही. ते आतून शुष्क होत आले आहे व त्याचे खोड व फांद्या डळमळू लागल्या आहेत. याला आता असेच उभे ठेवण्यात व त्यापासून नवीन शाखांचा उद्भव होऊन त्यास फिरून नवीनावस्था आणण्यास एकच उपाय आहे. तो कोणता म्हणाल, तर त्याची खूप खच्ची करून त्याला अर्वाचीन कल्पनांचे भरपूर पाणी द्यायचे.'

'गुलामांचे राष्ट्र' या निबंधात त्यांनी स्पष्टपणे सांगितले, 'जेवढे जुने, तेवढे निर्दोष व चांगले असा आग्रह धरून बसून जर कोणी गोष्टींचे चिंतन व चर्चा करणार नाही, तर रूढ विचारांतले व आचारांतले प्रमाद दूर होणार कसे?... जमिनीत खोल पुरलेल्या खांबांप्रमाणे आमची स्थिती झाली आहे. जुन्या वेदान्तापलीकडे वेदान्त नाही; जुन्या गणितापुढे गणित नाही; जुन्या अलंकारांहून अलंकार नाही; जुन्या व्याकरणापुढे गती नाही; जुन्या न्यायापेक्षा दुसऱ्या न्यायात अर्थ नाही. असल्या

भ्रमामुळे आमचे डोळे बांधल्यासारखे होऊन आज कित्येक शतके तेल्याच्या बैलाप्रमाणे आम्ही जुन्या शास्त्रांच्या आणि पुराणांच्या घाण्याभोवती घिरट्या घालीत आहो, या परिभ्रमणातून सुटका झाल्याखेरीज कोणत्याही शास्त्रात किंवा कलेत आमचे पाऊल पुढे पडण्याचा संभव नाही.'

दुसऱ्या एका निबंधात त्यांनी निर्भयतेने बजावले,

'हिंदुधर्म विचारांत आणि सामाजिक आचारांत जेवढे काही निर्दोष व हितावह आहे, त्याला कशाचीही भीती नाही. मनु आणि पाराशर यांच्या आधाराशिवाय ते अढळ राहणार आहे. पण आमच्या अर्वाचीन विचारांत ज्या धार्मिक व सामाजिक गोष्टी अप्रशस्त वाटू लागल्या आहेत, त्यांस शेकडो मनूंचे आणि सहस्त्रावधी पाराशरांचे आधार दाखविलेत व त्या विचारांचा प्रसार न व्हावा म्हणून त्यांच्या मार्गात कोट्यवधी लोकांचा मूर्खपणा, वृथा धर्माभिमान आणि उठावणीचे आरडे यांचे अडथळे आणून घातलेत, तरी ज्याप्रमाणे पर्वताच्या माथ्यावरील सरोवरांच्या भिंती फोडून तुफान वेगाने कड्यावरून पडू लागलेल्या वारिवाहाची गती कुंठित करण्यास कोणीही धजत नाही, त्याप्रमाणे आमच्या मूर्खपणाच्या सामाजिक व धार्मिक समजुतींस लागलेला वणवा कोट्यवधी अजागळ कीटकांच्या क्षुद्र पक्षवाताने किंवा मोठ्या किड्यांच्या शुष्क श्वासवाताने विझण्याचा मुळीच संभव नाही. उलट, हेच त्यात होरपळले जाण्याचा संभव आहे.'

सामाजिक दु:खांच्या, अन्यायाच्या आणि विषमतेच्या चिंतनाने विद्ध आणि क्षुब्ध झालेल्या केशवसुतांच्या मनाला आगरकरांच्या असल्या निर्भीड व सडेतोड लेखांनी नि:संशय चालना दिली असली पाहिजे. १८८८-१८९३ या काळात सामाजिक म्हणता येईल अशी एकही कविता त्यांनी लिहिली नाही. पण १८९३ साली जी कविता त्यांनी लिहिली, ती 'अंत्यजाच्या मुलाचा पहिला प्रश्न' व 'मजुरावर उपासमारीची पाळी' यांपेक्षा अगदी भिन्न होती. ती म्हणजे 'तुतारी.' पूर्वीच्या कवितांत कारुण्याला आवाहन होते. या कवितेत वीरत्वाला आवाहन आहे. आगरकरांच्या गद्यातला जोश या कवितेच्या कडव्याकडव्यांत संचारला आहे. 'जुने जाउं द्या मरणालागुनि। जाळुनि किंवा पुरुनि टाका।', 'रूढी, जुलूम यांची भेसुर। संतानें राक्षसी तुम्हांला। फाडुनी खातीं ही हतवेला। जल्शाची का? पुसा मनाला।' 'पुराण पडक्या सदनीं कां, रे। भ्याड बसुनीया रडतां पोरें?' अशा किती ओळी द्याव्यात? तुकोबांचे काही अभंग आणि रामदासांचे निवडक मनाचे श्लोक यांच्याप्रमाणे प्रत्येक मराठी मुलाला 'तुतारी'ही मुखोद्गत असायला हवी.

'तुतारी'त नुसता सामाजिक क्रांतीच्या शिकवणुकीचा अर्क नाही; तिच्यात काव्याचे अत्तरही आहे. 'प्राप्तकाल हा विशाल भूधर', 'धार धरिलिया प्यार जिवावर', 'पूर्वीपासुनि अजुनि सुरासुर' अशी कडवी केवळ वैचारिक प्रक्षोभातून

स्फुरत नाहीत आणि केवळ प्रचारक असलेल्या प्रचारक पत्रकाराच्या कल्पनेतून ती कागदावर झरत नाहीत. सामाजिक जाणिवेची बैठक जेव्हा वैयक्तिक भावनेइतकी उत्कट होते आणि जेव्हा ती नखशिखान्त कल्पनेत नाहून शुचिर्भूत बनते, तेव्हाच अस्सल सामाजिक काव्याचा जन्म होतो. व्हिटमन आणि सँडबर्ग यांची सामाजिक कविता अशाच प्रकारची आहे.

'तुतारी'त हे सर्व आहे. म्हणूनच वर्तमानपत्रातील प्रचाराच्या किंवा व्यासपीठावरील वक्तृत्वाच्या पातळीवर ती राहिली नाही. विनायकांच्या ओजस्वी मानल्या जाणाऱ्या ऐतिहासिक कवनांत सुद्धा या सामाजिक कवितेचा जोम आढळणार नाही. कवितेच्या प्रारंभी 'जुनें जाउं द्या मरणालागुनि' असे गर्जणारे केशवसुत तिच्या शेवटच्या कडव्यात 'देवांच्या मदतीस चला तर' म्हणून प्रत्येक सामान्य मनुष्याच्या सद्सद्विवेकबुद्धीला आवाहन करीत आहेत. सामाजिक क्रांतीचे स्तोत्र गाता गाता केशवसुतांच्या प्रतिभेने त्यांना व्यावहारिक संघर्षाच्या संकुचित पातळीवरून उच्च, विशाल पातळीवर नेले. तिथे मानवधर्म व अंध रूढी यांचा कलह हा सत् आणि असत्, मंगल आणि अमंगल, देव आणि दानव यांच्या संघर्षाचेच एक रूप आहे, या सनातन सत्याची जाणीव त्यांना झाली. 'संप्रति दानव फार माजती। देवांवर झेंडा मिरवीती। देवांच्या मदतीस चला तर।' या केशवसुतांच्या ओळींतील अनुभव सर्व काळी, सर्व स्थळी सज्जनांना निरनिराळ्या रूपाने घ्यावाच लागतो. जगाच्या रंगभूमीवरील जीवनाचे नाट्य अखंड रंगत राहायला देव आणि दानव हे दोघेही आवश्यक असावेत.

'स्फूर्ति' (१८९६), 'मूर्तिभंजन' (१८८६), 'शिपाई' (१८९८) व 'गोफण' (१९०४) या केशवसुतांच्या मुख्य सामाजिक कविता होत. 'स्फूर्ति' या कवितेची काव्यविषयक कवितांत गणना केली तरी चालेल, इतका कलेची निर्मिती आणि तिचे कार्य या गोष्टींशी तिच्या मध्यवर्ती कल्पनेचा निकट संबंध आहे. पण त्याचबरोबर उज्ज्वल भविष्याकडे धाव घेणारे 'तुतारी'तील सबळ सामाजिक मनही तिच्यात आहे. रूढींचे दास खवळून जातील अशी गाणी गायला- आणि तीही समाजाने जें नवे सुंदर आणि समर्थ रूप धारण करायला हवे, त्याच्या सोनेरी स्वप्नात गुंग होऊन गायला- कवी इथे सांगत आहे; 'निजती ते ठारचि मरती' असा रोकडा संदेश तो आपल्या बांधवांना देत आहे.

'जुने जाउं द्या मरणालागुनि' असे म्हटल्याने काही ते जात नाही आणि ते गेले, असे क्षणभर मानले तरी त्याची जागा अधिक चांगल्या रितीने भरून काढणारे नवे निर्माण होत नाही. माणसाचे मन बुद्धीच्या कक्षेत न येणाऱ्या अनेक नाजूक भावनापाशांनी भूतकालाशी बांधले गेलेले असते. बुद्धी मूर्तिभंजक होऊ शकते पण अंत:करणाला मूर्तिभंजन करणे कठीण जाते. मूर्तिभंजनाकरता हात वर गेल्यावरही

माझे वाडवडील याच मूर्तीची पूजा करीत आले नव्हते काय, असा प्रश्न डोळ्यांपुढे दत्त म्हणून उभा राहतो. मूर्तिभंजक हा मूलतः मूर्तिपूजकाइतकाच भावनाशील असतो. 'मूर्तिभंजन' या कवितेतील 'मूर्ति फोडूनीया देऊं जोडूनीया। परी विकूनीया टाकूं न त्या। विकूनि टाकीती तेचि हरामखोर। तेचि खरे चोर-आम्ही नव्हो।' या ओळींत कवीची हीच मन:स्थिती प्रतिबिंबित झाली आहे. सामाजिक क्षेत्रातील मूर्तिभंजकाच्या मर्यादाही तिच्यात सूचित झाल्या आहेत.

जुन्याचा अकारण अनादर करणे हे अयोग्य. पण त्याचबरोबर जें जें नवे समाजधारणेला अवश्य असेल त्याचा पुरस्कार न करणे हे केवळ अनुचितच नव्हे, तर अत्यंत घातक ठरते. म्हणून कठोर मूर्तिभंजकाने कुशल मूर्तिकार होणेही जरूर आहे. सामाजिक मन कुठल्याही पोकळीत विकास पावू शकत नाही. जुन्या मूल्यांच्या जागी नवी मूल्ये यावीच लागतात. या नव्या मूल्यांची जाणीव 'नवा शिपाई' (१८९८) व 'गोफण' (१९०४) या केशवसुतांच्या कवितांत आढळते. 'वैर तयांला पूर्वींच्या आर्यांचा बडिवार। गाउनि जें निजषंढत्वा मात्र दाविती फार' (गोफण) व 'ब्राह्मण नाहीं, हिंदुहि नाहीं, न मी एक पंथाचा' (नवा शिपाई) या ओळींत भूतकाळाच्या शृंखला तोडून भविष्याकडे धाव घेणारे केशवसुतांचे मन तेजस्वी रितीने प्रकट झाले आहे.

केशवसुतांची सामाजिक कविता संख्येने थोडी असली, प्रसंगी प्रचलित सामाजिक दोषांचा पाढा ती वाचीत असली, तरी तिच्यात बुद्धीला जागृत करण्याचे सामर्थ्य नि:संशय आहे. पण काही लोकांना 'सामाजिक कविता' हा शब्दप्रयोगच अर्थशून्य वाटतो. 'काव्य म्हणजे कवीच्या वैयक्तिक सौंदर्यानुभूतीचा कलात्मक आविष्कार. सामाजिक गोष्टींचा त्याच्याशी काय संबंध आहे? काव्यगुणांचा विचार करताना सामाजिकता हे एक उपरी मूल्य मानले पाहिजे. काव्य हे काव्याकरिता असते- त्याची किंमत केवळ काव्यगुणांवरच अवलंबून असते.' हे या आक्षेपकांचे म्हणणे. त्यांच्या समाधानाकरिता आय. ए. रिचर्डसारखे साहित्यशास्त्रज्ञ सुद्धा कलादृष्ट्या आवश्यक किंवा आंतरिक न मानल्या जाणाऱ्या मूल्यांवर काही काही काव्यांचे श्रेष्ठत्व अवलबून असते हे मान्य करतात एवढे सांगितले, म्हणजे पुरे आहे. (There seem plainly to be other kinds of poetry in which its value as poetry definitely and directly depends upon the ulterior ends involved. Consider the Psalms, Isaia, the New Testament, Dante, the Pilgrim`s Progress, Rabelais, any really universal satire, Swift, Voltaire, Byron.— Principles of Literary Criticism by I. A., Rechards, pages 75-76.) उपनिषदे, रामायण, महाभारत, ज्ञानेश्वरी, तुकोबांचे अभंग यांचे सौंदर्य आणि सामर्थ्य ही काय केवळ आधुनिक पाश्चात्त्य साहित्यशास्त्राला

संमत असणाऱ्या त्यांतील कलागुणांत आहेत? भारतीय साहित्य हे भारतीय संस्कृतीचे सुंदर पुष्प आहे. या संस्कृतीची परंपरा अशी आहे की, तिच्यात काव्य कुठे संपते आणि तत्त्वज्ञान कुठे सुरू होते हे अनेकदा कळत नाही. गंगायमुनांप्रमाणे या दोन्हींचा संगम श्रेष्ठ भारतीय साहित्यात आढळतो. कालिदास-भवभूतींपासून रवींद्र-शरच्चंद्रांपर्यंत हा संगम अखंड प्रकट झाला आहे. केशवसुतही याच परंपरेत वाढले होते. त्या परंपरेचे संस्कार आत्मसात करून जसे त्यांचे कविमन किट्स-शेले-वर्डस्वर्थ यांच्या नव्या काव्यांकडे आकृष्ट झाले, तसे ते नव्या पाश्चात्त्य सामाजिक तत्त्वज्ञानाकडेही वळले. हे त्यांचे तत्त्वज्ञानच त्यांच्या सामाजिक कवितांतून प्रकट झाले आहे. केवळ कुठलाही विचार काव्याला प्रेरक होत नाही हे खरे आहे. पण जो विचार कविहृदयाच्या रसरसलेल्या भट्टीत पडतो, त्याची स्थिती वितळणाऱ्या लोखंडासारखी होते. नकळत तो भावनेचे रूप धारण करतो. केशवसुतांच्या सामाजिक कवितांत हा अनुभव निश्चित येतो. एक विलक्षण प्रकारचा जोश (Fervour) या कवितांत आहे. प्रचंड जुनाट वृक्ष लीलेले उन्मळून टाकणाऱ्या झंझावाताची, काळ्याकभिन्न मेघांचे खडक फोडून कडकड करीत आकाशभर संचार करणाऱ्या विद्युल्लतेची, हासत चितेवर चढणाऱ्या सतीची किंवा जयघोष करीत शत्रुसैन्यावर तुटून पडणाऱ्या सेनापतीची आठवण व्हावी, असे काही तरी या कवितांत निश्चित आहे. त्यामुळेच गेल्या पन्नास वर्षांत 'तुतारी', 'स्फूर्ति', 'गोफण' व 'नवा शिपाई' या कवितांना महाराष्ट्रात अपूर्व लोकप्रियता लाभली. या कवितांचा थाट नव्या काळाला शोभणाऱ्या शाहिरी काव्याचा आहे. तांब्यांसारख्या सौंदर्यनिष्ठ कवींना 'तुतारी' हे काव्य वाटत नसले, तरी गेल्या अर्धशतकाने त्यांच्या सौंदर्यकल्पनेचा मर्यादितपणाच सिद्ध केला आहे.

◆

१२

कवितांचे विषयवार वर्गीकरण करून एखाद्या कवीच्या काव्याचा रसास्वाद घेणे ही पद्धत मुळातच कृत्रिम आहे. एखाद्या लावण्यवतीचे सौंदर्य सिद्ध करण्याकरिता फूटपट्टी घेऊन तिचे नाक-कान मोजण्यातलाच तो प्रकार होतो. बेकाराने नोकरीच्या शोधात फिरावे तसा कवी काही विषय शोधायला जात नाही. हा विषय काव्याला बरा आहे म्हणून तो कधीच कविता रचायला बसत नाही. वसंतऋतूत झाडांना जशी पालवी फुटते, तसे काही विशिष्ट क्षणी उत्कट अनुभूतीतून आणि पर्युत्सुक मन:स्थितीतून त्याला काव्य स्फुरते. त्या अनुभूतीचा तो आविष्कार करू लागला, की त्यांच्यावर त्याच्या व्यक्तित्वाचे विविध रंग चढतात. या रंगांच्या इतक्या विविध

छटा असतात आणि त्या छटांची इतकी विलक्षण मिश्रणे होतात, की त्या निरनिराळ्या करून पाहणे कल्पनेला सुद्धा कधीकधी साधत नाही, मग ते शब्दांना कसे जमणार? केशवसुतांच्या सृष्टिविषयक कवितांवर आत्मपरतेची जी गडद छाया पडली आहे, ती याच कारणामुळे. 'गावी गेलेल्या, मित्राची खोली लागलेली पाहून' ही कविता एका बाजूने शुद्ध वैयक्तिक भावनेची आहे. उलट, दुसऱ्या बाजूने पाहिले तर तिच्यात देशभक्तीची उत्कट भावना प्रतिबिंबित झाली आहे. केशवसुतांसारख्या आत्मनिष्ठ, अंतर्मुख व उत्कट मनोवृत्तीच्या कवीच्या काव्यात अशी संमिश्रता येणे अपरिहार्य आहे.

केशवसुतांच्या अशा स्वरूपाच्या कवितांत 'स्वर्ग, पृथ्वी आणि मनुष्य' (१८९०), 'दिवस आणि रात्र' (१८९५), 'दवाचे थेंब', 'रांगोळी घालताना पाहून' (१८९६), 'पद्यपंक्ति' (१८९८), 'निशाणाची प्रशंसा' (१८९९), 'सतारीचे बोल' (१९००), 'कोणीकडून कोणीकडे?' (१९००), 'दिवाळी' (१९००), 'म्हातारी' (१९०१), आणि 'हरपलें श्रेय' (१९०५) या मुख्य होत. यापैकी 'घुबड' ही पो च्या Raven या कवितेचे रूपांतर आहे. 'दिवस आणि रात्र' व 'दवाचे थेंब' यांनाही इंग्रजी कवितांचा कमी-अधिक आधार आहे. 'स्वर्ग, पृथ्वी आणि मनुष्य' यात स्वर्ग आणि पृथ्वी यांच्या परस्परसंबंधाची केशवसुतांची आवडती कल्पना मनुष्याच्या कृतघ्नतेच्या पार्श्वभूमीवर मांडली आहे. कल्पनाचमत्कृती हेच या कवितेचे वैशिष्ट्य. 'रांगोळी घालताना पाहून'मध्ये तत्त्वशोधनाच्या हव्यासामुळे एका सुंदर शब्दचित्राला शेवटी थोडीशी बोधवादी कळा आली असली, तरी 'घनश्यामसुंदरा'सारखे उदात्त वातावरण निर्माण करण्याचे सामर्थ्य या कवितेत निःसंशय आहे. 'निशाणाची प्रशंसा' हीही एक अशी स्फूर्तिदायक व उदात्त भावनेचा परिपोष करणारी कविता आहे. निशाण हे मनुष्याच्या मनातील मंगलतेचे, आशावादाचे आणि पराक्रमाचे प्रतीक कसे आहे, हे केशवसुतांनी या कवितेत कल्पकतेने चित्रित केले आहे. 'तुतारी' व 'गोफण' यांतील आवेश याही कवितेत आढळतो.

'पद्यपंक्ति', 'सतारीचे बोल', 'कोणीकडून कोणीकडे', 'म्हातारी', 'घुबड', 'हरपलें श्रेय' या कवितांत केशवसुतांच्या मनात १८९८-१९०५ पर्यंत सतत सुरू असलेला एक संघर्ष प्रतिबिंबित झाला आहे. तो संघर्ष कुठे पुसट आहे, कुठे स्पष्ट आहे. कधी त्याचा शेवट आशावादात होतो, कधी निराशावादात होतो. या संघर्षाची शल्ये टोचू नयेत म्हणून कधीकधी कवी 'आम्ही नव्हतो अमुचे बाप। उगाच कां मग पश्चात्ताप?' अशी स्वतःची समजूत घालू पाहतो. पण कधीकधी काही केल्या त्याचे समाधान होत नाही. मग 'चुकचुकल्यापरि। वाटे अंतरि। होउनि बावरि। निज श्रेय मी पाहतसें। न परि हरपलें ते गवसे।' असे उद्‌गार तो मोठ्या व्याकूळतेने काढतो.

या संघर्षाचा उगम 'अमुचा पेला दुःखाचा' या कविमनातील तीव्र जाणिवेत

आहे. पुष्कळ अंशी वर्णनात्मक असलेल्या आणि शेवटपर्यंत उल्हसित वातावरणाने फुललेल्या 'दिवाळी' कवितेच्या शेवटी 'तुम्ही दिवाळीत मन मानेल तशी मौज करा. पण मी इथे गिरणेच्या तीरावर एकटाच बसून गाणी गात कालक्षेप करणार आहे', असे कवी म्हणतो ते यामुळेच. पोच्या 'Raven' कवितेचे 'घुबड' हे रूपांतर करण्यात त्यांचे मन रमते, ते मनात सतत हे शल्य सलत असल्यामुळेच. 'सतारीचे बोल' या कवितेच्या प्रारंभी 'काळोखाची रजनी होती। हृदयीं भरल्या होती खंती।' इत्यादी ओळींनी जें विषण्ण वातावरण निर्माण केले आहे, त्याचा उगम कवीच्या अंतरीच्या अस्वस्थतेच आहे. 'कोणीकडून कोणीकडे' या कवितेचे जीवनाचे वर्णन 'तिमिरामधेच तिमिरामधून। घडीभर पडे मधेंच ऊन' असे ते करतात, ते या आंतरिक असंतोषामुळेच. 'म्हातारी'मध्ये 'मज वय विसरूं दे। मुग्ध-मधु-बाल्यीं उतरूं दे' अशी इच्छा कवी व्यक्त करतो, ती या दुःखाच्या जळत्या जाणिवेतून मुक्त होण्याकरिताच. 'हरपलें श्रेय'मध्ये केशवसुतांचे हेच अनामिक दुःख अधिक करुण आणि काव्यमय रितीने प्रकट झाले आहे.

'पद्यपंक्ति', 'कोणीकडून कोणीकडे', 'दिवाळी', 'म्हातारी', 'सतारीचे बोल' व 'हरपलें श्रेय' या सर्व कविता एका वेळी वाचल्या, म्हणजे या गूढ दुःखावर थोडा-फार प्रकाश पडतो. हे दुःख केवळ लौकिक नाही. अगदी बेताची मिळकत व जीवनाची अस्थिरता आणि त्यांतून निर्माण होणाऱ्या असंख्य दैनंदिन विवंचना यांनी केशवसुतांची पाठ जन्मभर पुरविली. या विवंचनांचे व तशाच प्रकारच्या व्यावहारिक दुःखांचे उल्लेख आणि प्रतिध्वनी त्यांच्या अनेक कवितांत आहेत. त्यात अस्वाभाविक असे काहीच नाही. पण 'सतारीचे बोल' आणि 'हरपलें श्रेय' या कवितांत पाण्याबाहेर काढलेल्या मासोळीसारखी कविमनाची जी तडफड आढळते, ती काही केवळ व्यावहारिक दुःखातून निर्माण झालेली नाही. या दुःखाला मी 'गूढ' व 'अनामिक' म्हणतो ते याचसाठी. लौकिक व अलौकिक अशा भिन्नभिन्न पातळ्यांवर ज्यांचे जीवन हरघडी विभागले जाते, त्यांच्याच वाट्याला हे दुःख येते. 'कविता म्हणजे आकाशातली वीज आहे. ती धरू पाहणारे शेकडा नव्याण्णव आपणास होरपळून मात्र घेतात. मी अशा नव्याण्णवांपैकीच एक आहे' असे उद्‌गार केशवसुतांनी एका उदयोन्मुख कवीला ता. ९-२-१९०५ रोजी पाठविलेल्या पत्रात काढले आहेत. यानंतर तीनच महिन्यांनी मे महिन्याच्या सुट्टीत चिपळूणला असताना त्यांनी 'हरपलें श्रेय' ही कविता लिहिली. त्यांच्या वरील उद्‌गारांत जातिवंत कलाकाराची अनुभूती निश्चित आहे. व्यावहारिक दुःखाचा तिच्याशी संबंध नाही. त्यांच्यातला कलावंत सदैव विकासाची धडपड करीत होता. अनेकदा जे कल्पनेला दिसे, ते प्रत्यक्षात उतरत नसे. निदान ते मनासारखे सुंदर होत नसे. निळे आकाश पाहून एखाद्या पक्ष्याने उंच उंच पंख पसरावेत, अंतराळात थोडे वर गेल्यावर आपल्या

पंखांचा थिटेपणा व दुर्बलता त्याला जाणवावी आणि मग निराशेने त्याने घरट्याकडे परतावे, तसे केशवसुतांचे होई. विकासाच्या दृष्टीने आत्म्याच्या असंतोषासारखा कलावंताला दुसरा श्रेष्ठ मित्र नाही. पण व्यावहारिक जीवनातल्या स्वास्थ्याच्या आणि सुखाच्या दृष्टीने त्याच्याइतका माणसाचा दुसरा कट्टर शत्रू नाही. या दोन्ही पातळ्यांवर राहताना होणारी मानसिक कुतरओढ सोसणे अतिशय कठीण असते. श्रेष्ठ कलावंताप्रमाणेच संसारी संतांना आणि हळुवार मनाच्या ध्येयवाद्यांना हा अनुभव नित्य येतो.

अशा परस्परविरोधी पातळ्यांवर फार दिवस राहणे पुष्कळ कलावंतांना जमत नाही. बालकवि ठोंबरे हे अशा कलावंतांचे परिचित उदाहरण आहे. बालकवींच्या पत्रांत त्यांच्या अंतरीचे गूढ दुःख- गद्यात का होईना- प्रकट झाले आहे. त्यावरून या दुःखाचे स्वरूप थोडे-फार कळू शकेल.

पुष्कळ कलावंत व्यवहाराशी तडजोड करतात. पाणी नेहमी खालची पातळी गाठते. तसेच हे आहे. पण ही तडजोड केशवसुतांना कधीच साधली नाही. वर्गात गुरूंना दुर्मुखलेल्या दिसणाऱ्या या विद्यार्थ्याच्या हृदयात एक ज्वाला पेटली होती. व्यवहाराची माती तिच्यावर पुष्कळ पडली. पण ती ज्वाला कधीच विझली नाही. स्वास्थ्याच्या, कीर्तीच्या किंवा अन्य दुसऱ्या कुठल्याही मोहाने केशवसुत तिच्यापासून दूर गेले नाहीत. आपल्या कलेचा त्यांनी कधीही त्याग केला नाही. काव्याचे पहिले स्फुरण होण्याच्या वयात नारायण वामन टिळकांशी केशवसुतांचा स्नेह जडला. त्या स्नेहाने त्यांची काव्यकलिका फुलविण्याला मदत केली. इतकेच नव्हे, तर या दोन थोर कवींचा हा स्नेह एखाद्या नंदादीपाप्रमाणे अखंड टिकला. महाराष्ट्राला अभिमान वाटावा व वाङ्मयाच्या इतिहासात आवर्जून उल्लेख करावा, अशीच ही मैत्री आहे. टिळकांपेक्षा स्वभावाने अगदी भिन्न अशा विनायक कवींशीही केशवसुतांचा विद्यार्थिदशेपासून स्नेह जमला होता. पण हे दोघे प्रसिद्ध कवी किंवा किरात, माधवानुज, रहाळकर वगैरे अन्य कविमित्र यांच्या भेटीगाठी क्वचित होत असल्या आणि त्या वेळी कलामार्गावरील सहप्रवासी लाभल्याचा आनंद त्यांना मिळत असला, तरी असे प्रसंग दुर्मीळच असावेत. केशवसुत लहानपणी अशक्त व किरकिरे होते. त्यांचे बंधू सी. के. दामले म्हणतात, 'कोठे तरी एकटेच बसावे, एकटेच फिरावे, असा थोडा एककल्ली, मुग्ध, एकलकोंडा आणि वरवर पाहणारांस तरी मुखदुर्बळ भासणारा स्वभाव बालपणापासूनच त्यांच्या अंगी दृग्गोचर होऊ लागला होता. कवित्वाबरोबर त्यांचे हे स्वभाववैशिष्ट्यही वाढत गेले असावे.' वर्डस्वर्थच्या बाबतीत एका टीकाकाराने म्हटले आहे, 'तो शाळकरी विद्यार्थी असतानाच एकान्तात मनाची उत्कटता कशी वाढते हे त्याने अनुभवले होते. त्याच्या स्मृतीमध्ये चिरंतन स्थान मिळविणाऱ्या सर्व गोष्टी तो एकटा असतानाच

त्याला स्फुरत असत.' केशवसुतांच्या बाबतीतही असेच झाले. ज्याला आपण व्यवहार म्हणतो, त्यात त्यांच्या मनाने रमावे, फुलावे, हसावे-खिदळावे किंवा स्वतःला विसरून जावे, असे फारसे काही कधी घडलेच नाही. उलट, नोकरीची चिंता, पोटासाठी करावी लागणारी भ्रमंती, त्या भ्रमंतीत आलेलले नाना प्रकारचे अनुभव यांच्यामुळे त्यांचा मूळचा एकान्तप्रिय स्वभाव अधिकच एकलकोंडा झाला असावा. अशा स्थितीत सृष्टी हीच आपली जिवाभावाची सखी आहे अशी त्यांची भावना झाली असली, तर त्यात नवल कसले? तिच्या सहवासातच त्यांच्या आत्म्याची सहचारिणी त्यांना भेटे. 'जेथें ओढे वनराजी। वृत्ति रमे तेथें माझी' या ओळींनी प्रारंभ होणारे 'हरपलें श्रेय'मधले कडवे त्यांच्या या आत्मिक दुःखावर पूर्णपणे प्रकाश टाकणारे आहे. किंबहुना 'क्षणात नाहींसे होणारे दिव्य भास', 'झपूर्झा' व 'हरपलें श्रेय' या तिन्ही कविता एका वेळी वाचल्या, म्हणजे काव्यसाधनेच्या बाबतीतली केशवसुतांची तपस्या, कलेच्या बाबतीतल्या त्यांच्या उच्च आकांक्षा आणि त्या साध्य न झाल्यामुळे एक प्रकारच्या अतृप्तीने त्यांना वाटणारे असमाधान यांचा पूर्ण उलगडा होतो.

◆

१३

'झपूर्झा' व 'हरपलें श्रेय' या कवितांत 'ज्ञाताचे कुंपण', 'चिद्‌घनचपला', 'पुरुषप्रकृति', 'श्रेय', 'परोक्षविषय' वगैरे शब्दप्रयोग आल्यामुळे या कविता केशवसुतांच्या आध्यात्मिक तळमळीच्या द्योतक आहेत अशा प्रकारच्या कवितांतून व्यक्त होणारे त्यांचे दुःख पारमार्थिक पद्धतीचे असावे, असे अनेकदा सूचित करण्यात येते. 'आध्यात्मिक' या विशेषणामुळे कवीचा दर्जा वाढतो, असेही कित्येकांना वाटत असेल. पाश्चात्त्य विद्या आणि शास्त्रे यांचा अंमल आपल्या देशातल्या जनमनावर सुरू होऊन शंभर वर्षे लोटली; राममोहन राय, ईश्वरचंद्र विद्यासागर, जोतीराव फुले व आगरकर यांच्यासारखे मवाळ व जहाल सुधारक या देशात निर्माण होऊन साठ वर्षे उलटली; साऱ्या जगाला भूकंपापेक्षाही भयंकर धक्के देऊन आणि भूकंपात धुळीला मिळणाऱ्या राजवाड्याप्रमाणे मानवतेच्या सामाजिक जीवनाची स्थिती करून दोन महायुद्धे आली आणि गेली; बुद्धाची गोष्ट सोडून देऊ, पण टिळक-आगरकर स्वतःच्या स्मृतिदिनांच्या निमित्ताने आपल्या प्रिय मातृभूमीत काय चालले आहे, हे पाहण्याकरिता मुंबई-कलकत्त्यासारख्या शहरांत आले, तर आपण चुकून दुसऱ्या देशात आलो नाही ना, असे त्यांना वाटण्याइतके भारतीय समाजाच्या दैनंदिन जीवनात, वेषालंकारांत आणि आचारविचारांत बदल झाले! पण 'आध्यात्मिक'

या शब्दाचा भाव मात्र या देशात अजूनही खाली आलेला नाही. फार फार तर उपनिषदांच्या काळातील जो शंभराचा आध्यात्मिक शेअर मध्यंतरी एकशे दहाला किंवा एकशे विसाला विकला जात असे, त्याचा तो वधारलेला भाव ऐंशी-नव्वदापर्यंत घसरला असेल! प्रसंगी लावणीला लाजविणारा राधाकृष्णांचा गहिरा शृंगार वर्णन करावा आणि मग ते चित्रण शृंगारिक नसून आध्यात्मिक आहे, पुरुषप्रकृतींच्या क्रीडांचे ते वर्णन आहे, इत्यादी मखमलाशी त्यावर खुशाल करावी अशी आपली बौद्धिक सचोटी आहे. या देशात असला दंभ अजून रुचतो. इतकेच नव्हे, तर तो सर्व प्रकृतीच्या लोकांना चांगला पचतो. टिळक-आगरकरांची जयंती साजरी करणाऱ्या १९५६ साली सुद्धा आमचे राजकारण, आमचे समाजकारण, आमचे अर्थकारण, किंबहुना आमचे सारेच जीवन बेगडी आध्यात्मिकतेच्या सावटाखाली उभे आहे असे दिसून येईल. अनुभवाने नसली, तरी कल्पनेने मी खरी आध्यात्मिकता जाणू शकतो. मानवी जीवन केवळ भौतिक नाही. ते जितके भौतिक, तितकेच आत्मिक आहे. भुकेल्या मनुष्याच्या दृष्टीने दुपारची भाकरी जितकी खरी, प्रेमात पडलेल्या तरुणाच्या दृष्टीने प्रियतमेचे आलिंगन जितके खरे, तितकेच जीवनाचे कोडे सोडविताना ऐहिकापलीकडे माणसाला जावे लागते, हेही खरे. हे सर्व मला मान्य आहे. मात्र सर्वसामान्य मनुष्यातली आध्यात्मिकता व्यवहाराच्या धबडग्यात झोपी जाते किंवा बधिर होते. रूढ कल्पनांच्या आणि सर्वमान्य सामाजिक संकेतांच्या पलीकडे ती सहसा पाऊल टाकू शकत नाही. तेल संपत आले आणि वात काजळली आहे, अशा स्थितीत मनुष्याच्या अंतरीची पणती कशीबशी मिणमिणत असते एवढेच. तिची काळजी क्वचितच झाडली जाते. तिच्यात तेल घालायलाही क्वचितच कुणी पुढे सरसावते. त्यामुळेच सामान्य माणसाच्या जीवनात त्याच्या भौतिक आसक्तींचा आणि आकांक्षांचा जसा आविष्कार होतो, तसा त्याच्या आत्मिक भावनांचा आणि स्वप्नांचा होत नाही. विशेषत: ज्यांची आपण शतकानुशतके धार्मिक म्हणून डोळे मिटून पूजा करीत आलो होतो, अशा अनेक मूल्यांचे पारमार्थिक आधार गेल्या शे-पाऊणशे वर्षांत ढासळून गेले आहेत. या काळात अंधश्रद्धेचे किर्र काटेरी रान नाहीसे करता करता ज्यांना अधूनमधून सुगंधी फुले येतात, अशा श्रद्धांच्या नाजूक वेलीही बुद्धिवादाने काढून टाकल्या असतील. नाही असे नाही. त्या श्रद्धांचा समाजाला पुन्हा अवश्य विचार आणि स्वीकार करावा लागेल. पण केशवसुतांचा काळ हा अंधश्रद्धांच्या निर्मूलनाचा असल्यामुळे आणि त्यांनी आपल्या काव्यात अनेक अंधश्रद्धांवर कडकडून हल्ला चढविला असल्यामुळे 'हरपलें श्रेय' सारखी त्यांची कविता ही जुन्या प्रकारची आध्यात्मिक तळमळ- म्हणजे परमेश्वरप्राप्तीविषयी होणारी भक्ताच्या मनाची तडफड- दर्शविणारी आहे हे म्हणणे कितीसे सयुक्तिक ठरेल?

देवळीं त्या देवास बळे आणा
परी राहे तो सृष्टिमधें राणा

(एक खेडें) हे केशवसुतांचे देवाविषयीचे विद्यार्थिदशेतले मत. सामाजिक सुखदु:खांच्या निरीक्षणाने आणि वाचनचिंतनाने 'देव-दानवां नरें निर्मिलें हे मत लोकां कवळुं द्या' इथपर्यंत त्या मताची १८९६ साली प्रगती झाली. उदास मन:स्थितीत केव्हा तरी केशवसुतांनी एक अभंग लिहिला. काव्यगुण आणि आत्माविष्कार या दोन्ही दृष्टींनी त्याची गणना त्यांच्या दुय्यम दर्जाच्या कवितेतच केली पाहिजे. माणसाला दु:ख असह्य झाले की, तो त्यातून मुक्त होण्याच्या पळवाटा शोधू लागतो. उघड्यावरला उंदीर बीळ शोधतो ना? त्यातलाच तो एक प्रकार असतो. 'नाम तुझे मुखीं, ध्यान तुझे डोळां। वृत्ती या चंचळा स्थिरावल्या' या त्या अभंगाच्या आरंभीच्या ओळी अशा मन:स्थितीतच केशवसुतांनी लिहिल्या असाव्यात. या ओळी म्हणजे संतवाणीचा नुसता प्रतिध्वनी आहे. पण या ओळींच्या आधारे त्यांच्या तथाकथित आध्यात्मिक तळमळीचे स्तोम माजविणाऱ्या रसिकतेला त्यांच्या इतर कविता लक्षात घेण्याची जरुरी वाटत नाही. ती मोडक्या काडीच्या आधारावर टोलेजंग माडी उभारते. 'भिकार या जगीं इच्छित न मिळे कांहीं। म्हणुनि तुझे पायीं भिक्षांदेही' असे केशवसुतांनी लिहिले आहे ना? बस्स, त्यांना ईश्वरप्राप्तीचा ध्यास लागला होता हे त्यावरून सहज सिद्ध होते! एवढा पुरावा मिळाला ना? मग 'हरपलें श्रेय' सारख्या कवितेचा अर्थ लावायला करा त्याचा उपयोग! जरूर तर 'झपूर्झा'तली 'पुरुषप्रकृति' वगैरे मंडळी धरा वेठीला. कुठून तरी केशवसुतांना पारमार्थिक तहान लागली होती असे सिद्ध करायला मिळाले, तर ते शतकानुशतके घटपटादी खटपट आणि ब्रह्ममायेची लटपट करण्यात गुंतलेल्या या देशात फार चांगले. कारण आध्यात्मिकता हे भारतीय समाजात सर्रास चालणारे शिफारसपत्र आहे. भस्माचे पट्टे, वाढलेली दाढी, गुडघ्यांखाली न जाणारा पंचा या किंवा अशाच प्रकारच्या इतर गोष्टी ज्या देशात परमार्थप्रेमाची लक्षणे गणली जातात, तिथे 'झपूर्झा' व 'हरपलें श्रेय' यांच्यासारखी प्रथमदर्शनी थोडी गूढ वाटणारी कविता आध्यात्मिक मानली गेली नसती तरच नवल!

पण ही समजूत सर्वस्वी चुकीची आहे. या कवितांचा असा ओढून ताणून अर्थ लावण्याने व्यक्ती आणि कवी या दोन्ही नात्यांनी केशवसुतांवर अन्याय होत आहे. 'हरपलें श्रेय' ही कविता त्यांनी आपल्या मृत्युपूर्वी फक्त सहा महिने आधी लिहिली आणि तिच्यात 'म्हणुनि जीव पाखडीतसें। न परि हरपलें तें गवसे।' अशा ओळी आहेत, म्हणून जर ही कविता केशवसुतांच्या आध्यात्मिक तृषेची निदर्शक समजायची, तर या कवितेपूर्वी केवळ एक वर्षभर आधी लिहिलेल्या 'गोफण' या कवितेवरून

त्यांचा असल्या पारमार्थिक गोष्टींवर काडीचाही भरवसा नव्हता असा निष्कर्ष का काढू नये?

माझ्या मते हे दोन्ही निष्कर्ष चुकीचे ठरतील. केशवसुत रूढ अर्थाने आस्तिक नव्हते. ते अज्ञेयवादी होते. बुद्धिवादाकडे आकृष्ट झालेल्या महाराष्ट्राच्या मध्यम वर्गात ते जन्माला आले. इतकेच नव्हे, तर बुद्धिवादाची निष्ठापूर्वक उपासना करणाऱ्या आगरकरांची शिकवण त्यांनी आत्मसात केली आणि ओजस्वी सामाजिक कवितांच्या रूपाने ती जनमनापर्यंत नेऊन पोचविली. त्यांनी आमरण अत्यंत निष्ठेने उपासना केली ती कवितेची. काव्य हाच त्यांचा वेदान्त आणि तेच त्यांचे अध्यात्म होते. 'ईश्वरावर तुमची श्रद्धा आहे की नाही?' असा कुणी त्यांना प्रश्न केला असता, तर 'आहे पण ती फक्त कवितेच्या रूपाने प्रकट होणाऱ्या ईश्वरावरच आहे,' असे उत्तर त्यांनी कदाचित दिले असते. 'झपूर्झा'च्या प्रारंभी दिलेल्या टीपेत ते म्हणतात, 'आपल्याला जे काही नाही, असे वाटते, त्यातूनच महात्मे जगाच्या कल्याणाच्या चिजा बाहेर काढतात. त्या महात्म्यांची स्थिती लक्षात घेऊन पुढील गाणे वाचल्यास ते दुर्बोध होऊ नये, असे वाटते.' याचा अर्थ उघड आहे. महात्मे फक्त आध्यात्मिक क्षेत्रांतच असतात असे केशवसुतांना मुळीच वाटत नव्हते. ते इतर क्षेत्रांतही आढळतात अशी त्यांची श्रद्धा होती. कवी, कलावंत, संशोधक, देशभक्त, ध्येयवादी, हे सर्व केशवसुतांच्या मते महात्मेच होत. 'हरपलें श्रेय'च्या आरंभीच्या टीपेत ते म्हणतात, 'उदात्त बुद्धीला संसारात राम वाटत नाही. अलौकिक असे जें काही तिला पाहिजे असते, ते तिच्या हक्काचे असून देखील त्याच्या प्राप्तीकरिता तिला झुरत पडावे लागत नाही काय?' हे वर्णनही कवी, कलावंत, संशोधक, ध्येयवादी, इत्यादिकांना लागू पडते. 'कल्पकता' आणि 'क्षणात नाहीसे होणारे दिव्य भास' या कवितांत सर्वसामान्य माणसाचे जीवन आणि प्रतिभावंताचे जीवन यांत केशवसुतांना जें विलक्षण अंतर जाणवत होते- जें प्रसंगी बोचत-टोचत होते- ते त्यांनी स्पष्ट रितीने चित्रित केले आहे.

केशवसुत जुन्या अर्थाने आध्यात्मिक नव्हते. त्यांचे मन ईश्वरप्राप्तीसाठी किंवा तशाच प्रकारच्या कुठल्याही पारमार्थिक साक्षात्कारासाठी झुरत नव्हते. ते ऐहिकतेचे पुरस्कर्ते होते. व्यक्तिजीवनात फारशा सुखी नसलेल्या आणि प्रतिभा-जीवनात उंच उंच भराऱ्या घेऊ इच्छिणाऱ्या एका प्रामाणिक पण सदैव स्वत:वर असंतुष्ट असणाऱ्या कलावंताची तगमग त्यांच्या कवितांत सर्वत्र दिसून येते. या कलावंताने कधीकधी वैतागाने जीवनमरणाच्या कोड्याचा विचार केला असेल. ते उलगडत नाही म्हणून त्याने एखादेवेळी डोक्यात राख घालून घेतली असेल. पण यापलीकडे तो कधीच गेला नाही. त्याची खरीखुरी श्रद्धा एकाच देवतेवर होती. ती देवता म्हणजे कविता. या देवतेसाठीच तो जगला आणि तिची भक्तिपूर्वक पूजा करीत

असतानाच त्याने देह ठेवला. त्याची आध्यात्मिकता 'नवा शिपाई'सारख्या त्याच्या सामाजिक कवितांत प्रतिबिंबित झाली आहे. 'नीतीचें पद जेथें न ढळे। धर्म होतसे तेथेंच स्थिर' ही त्यांची श्रद्धा होती. ती सदैव अढळ राहिली.

◆

१४

१८६६-१९०५! अवघी एकोणचाळीस वर्षे, बस्स! एवढेच आयुष्य केशवसुतांना लाभले. त्यांचे अल्प आयुष्य पाहिले, म्हणजे मृत्यू सुद्धा अंधळा असावा, असे मनात येते. मृत्यूचे अंधत्व हा मानवी जीवनाला नियतीकडून मिळालेला सर्वांत मोठा शाप आहे. ज्या वयात कलावंत अधिक अंतर्मुख आणि विकासशील होण्याचा संभव असतो, त्याच वयात केशवसुतांना या जगाचा निरोप घ्यावा लागला. १८९८ ते १९०५ या शेवटच्या कालखंडात त्यांनी लिहिलेल्या २०-२१ कवितांत त्यांची कविता परिपक्व होत चालल्याची अनेक प्रत्यंतरे आहेत. 'फार दिवसांनी भेट', 'नवा शिपाई', 'नैर्ऋत्येकडला वारा', 'निशाणाची प्रशंसा', 'वातचक्र', 'सतारीचे बोल', 'फुलपाखरू', 'आम्ही कोण?', 'गोफण', 'प्रतिभा', 'हरपलें श्रेय' या सर्व कविता याच काळातील. आयुष्य लाभले असते तर केशवसुतांनी यापेक्षाही अधिक सुंदर आणि समर्थ काव्य लिहिले असते असे वाटते. कारण ज्या वयात आपल्याकडे अनेक भावकवींची प्रतिभा काही विशेष कारण नसताना कोमेजू लागते, त्या वयात त्यांची प्रतिभा प्रफुल्लित होत होती. पंख पसरून नव्या उड्डाणाची तयारी करीत होती.

३९ वर्षांच्या अपुऱ्या आयुष्यात त्यांनी जी निर्मिती केली, ती जशी काव्यगुणांच्या दृष्टीने, तशीच मराठी कवितेच्या विकासाच्या दृष्टीने मोलाची आहे. चाळीस वर्षांपूर्वी हरिभाऊ आपट्यांनी केशवसुतांची कविता प्रथम संकलित स्वरूपात प्रसिद्ध केली. केशवसुत जीवनात नसले, तरी मरणानंतर सुदैवी ठरले. बालकवि आणि गोविंदाग्रज यांच्यासारख्या कवींनी त्यांचे ऋण मान्य केले. गेल्या चाळीस वर्षांत त्यांच्यावर सतत आणि विपुल टीका होत आली आहे. प्रि. राजवाडे, प्रा. रा. कृ. लागू, नाट्यछटाकार दिवाकर, श्री. म. वर्दे, 'आंधळ्यांची शाळा' या नाटकाचे कर्ते वर्तक, मा. त्र्यं. पटवर्धन (प्रसिद्ध कवी माधव ज्यूलियन), प्रा. मं. वि. राजाध्यक्ष, सौ. कुसुमावती देशपांडे, ग. त्र्यं. माडखोलकर, प्रा. वा. ल. कुळकर्णी असे विविध व तोलामोलाचे टीकाकार त्यांना लाभले आहेत. प्रा. रा. श्री. जोग यांनी तर 'केशवसुतां'वर ३००-३५० पृष्ठांचा ग्रंथच लिहिला आहे. केशवसुतांची कविता तिसऱ्या दर्जाची आहे असे अट्टाहासाने सांगणारे लेख (उदा. केशवसुतांच्या

कवितेचा अभ्यास- अमृत महादेव जोशी- सह्याद्रि, सप्टेंबर, १९४०) जसे नियतकालिकांतून प्रसिद्ध झाले आहेत, त्याप्रमाणे रवींद्रनाथांच्या काव्याचे मर्म उत्कृष्ट रीतीने विशद करू शकणाऱ्या आचार्य स. ज. भागवतांसारख्यांनी केशवसुतांच्या काव्याचे सौंदर्य आणि सामर्थ्य समजावून सांगण्याकरिता आपले वक्तृत्व खर्ची घातले आहे. कुणाचे काही मत असो, केशवसुतांच्या मृत्यूला पन्नास वर्षे झाली, तरी त्यांच्या काव्यातील गुणदोषांची चर्चा मराठी रसिक व टीकाकार हिरिरीने करीत आहेत ही एकच गोष्ट या कवीचे आणि त्याच्या काव्याचे वैशिष्ट्य सिद्ध करण्याला समर्थ आहे. कदाचित आणखी काही काळ प्रत्येक दशकातले टीकाकार त्यांचे पुनर्मूल्यमापन करीत राहतील. इंग्रजी टीका-वाङ्मयात हार्डी, डिकेन्स, वर्डस्वर्थ वगैरेंच्या मूल्यमापनात जसे चढउतार होत गेले, तसे ते त्यांच्याही बाबतीत होतील.

हे सर्व घडावे असे केशवसुतांत काय आहे? त्यांचे मोठेपण कशात आहे?

पहिल्या प्रश्नाचे उत्तर सोपे आहे. हरिभाऊ आपट्यांना वगळून मराठी कादंबरीच्या विकासाची जशी आपण कल्पना करू शकत नाही, तसा केशवसुतांना बाजूला ठेवून आधुनिक मराठी काव्याचाही आपणाला विचार करता येणार नाही. रामावाचून रामायण रचल्यासारखे ते होईल. हरिभाऊंची प्रतिभा केशवसुतांच्या पेक्षा आधिक तरल व विशाल होती. पण त्यांची कामगिरी तुलनेने पाहिले तर थोडी सुलभ होती. मराठी कादंबरीला प्राचीन व जनमनावर पगडा असलेली अशी परंपरा नव्हती. त्यामुळे तिला नवे वळण लावणे सोपे होते. पण काव्याची गोष्ट अगदी निराळी होती. त्याला प्राचीन आणि पवित्र अशी परंपरा होती. त्या परंपरेची पाळेमुळे जनमनात फार खोल गेली होती. काव्य कसे असावे यासंबंधीच्या कल्पना पिढ्यान् पिढ्या चालत आल्या होत्या. धार्मिक रूढीप्रमाणे त्या कल्पनांपुढेही समाज मुकाट्याने मान तुकवीत होता. त्या काव्यात आढळणारी कृत्रिमता, भावशून्यता आणि जीवनपराङ्मुखता यांची त्याला दादही नव्हती. इंग्रजी विद्येचा प्रसार सुरू झाल्यावर ही स्थिती पालटण्याची चिन्हे दिसू लागली. पण दहा-वीस काजव्यांच्या चमकण्याने का कुठे भयाण काळोख उजळतो? ते काम करायला विजेचा चमचमाटच आवश्यक असतो. केशवसुतांच्या रूपाने ही वीज मराठी काव्यक्षितिजावर प्रथम चमकली.

१८८५-१९०५ हा मराठी कवितेच्या पुनर्जन्माचा काळ होय. जिला आपण खऱ्याखुऱ्या अर्थाने आधुनिक म्हणू शकू, अशी कविता या काळात लिहिली जाऊ लागली. या कालखंडात अनेक चांगले कवी निर्माण झाले. त्यांच्यापैकी अनेकांची प्रेरणा स्वतंत्र होती. पण काव्यात होऊ घातलेल्या क्रांतीची चिन्हे त्या काळातील दुसऱ्या कुठल्याही कवीपेक्षा केशवसुतांच्या काव्यात स्पष्टपणे आणि प्रभावी रीतीने प्रतिबिंबित झाली आहेत. अलौकिक आणि पारलौकिक विषयांत सदैव काव्य

शोधीत राहिलेल्या मराठी मनाला त्यांनी लौकिक आणि ऐहिक विषयांकडे वळविले. दैनंदिन जीवनात आणि साध्या अनुभूतीत किती काव्य भरलेले असते- मग त्या काव्याचा उगम पत्नीच्या वियोगात असो, गावी गेलेल्या मित्राची खोली लागलेली पाहून मनात जाग्या होणाऱ्या आठवणीत असो, विद्यार्जनाकरिता घर सोडून दूर आलेल्या विद्यार्थ्यांची रात्री अंथरुणावर पडल्यावर जी व्याकूळ मन:स्थिती होते, तिच्यात असो, सामाजिक दु:खाने विकल किंवा प्रक्षुब्ध होणाऱ्या कविमनात असो, अथवा अनुभूतीतून आणि चिंतनातून स्फुरणाऱ्या अन्य जीवनदर्शनात असो- हे त्यांनी वाचकांना दाखवले आणि पटविले. मराठी कविता विषयनिष्ठ काव्याकडून व्यक्तिनिष्ठ काव्याकडे वळली. (केशवसुत भावकवितेच्या सर्वस्वी नवीन अशा परंपरेचे प्रमुख प्रवर्तक झाले.) मराठी काव्यातल्या संवेदनांचे, सहानुभूतीचे आणि सौंदर्यचित्रणाचे क्षेत्र त्यांनी विशाल केले. जें कोंडलेले सरोवर होते, ती नदी होऊन वाहू लागली.

◆

१५

मूलभूत परिवर्तन कधी एकटे येत नाही. क्रांती म्हणजे केवळ अंतरंगाचा बदल नव्हे. ते बदलले, की बहिरंगाला बदलावे लागतेच. मन बदलले, की वेष बदलतात. केशवसुतांनी अशा प्रकारच्या प्रत्येक बदलाला प्रयोगपूर्वक जास्तीत जास्ती हातभार लावला. नव्या कवितेची भाषा पुस्तकी, संस्कृतप्रचुर किंवा संकेतनिष्ठ असता उपयोगी नाही, ती शक्य तितकी व्यवहारातल्या भाषेच्या जवळ आली पाहिजे, असा कटाक्ष त्यांनी पहिल्यापासून ठेवला. टिळक-विनायकांना लाभलेली प्रसादपूर्ण शैलीची देणगी त्यांना मिळाली नव्हती. त्यांनी केवळ पूर्वकवींचे अनुकरण केले असते, तर बाह्यत: सफाईदार अशी रचना त्यांना लवकर साधली असती, पण ती रचना भावकवितेच्या आत्म्याच्या आविष्कार करण्याला असमर्थ ठरली असती. केशवसुतांनी अंत:प्रेरणेने हे ओळखले आणि ते नवीन शैलीकडे वळले.

लाडीगुडी चालिव लाडकीशीं
अशा तऱ्हेनें, जरि हें युव्याशीं
कोणी नसे सांगत, थोर गौरवें
कां तें तुम्ही सांगतसां कवीसवें?

हा 'कविता आणि कवी' या १८८६ मधल्या कवितेतील श्लोकच शैलीतील त्यांच्या बंडखोरपणाचा पुरावा म्हणून पुढे करता येईल. केशवसुतांचा हा बंडखोरपणा

तत्त्वनिष्ठ होता. म्हणून सहजसुंदर आविष्काराच्या बाबतीत आपले सामर्थ्य फार मर्यादित आहे याची सतत जाणीव असूनही ('शब्दांनो, मागुते या' ही कविता या जाणिवेतूनच निर्माण झाली आहे) त्यांनी नवीन शैलीच्या बाबतीत कधीही माघार घेतली नाही. मराठी मनाचा आणि मराठी मातीचा वास असलेल्या भाषेत ते सतत लिहीत राहिले. 'रडोत, रडतिल रांडा पोरें' किंवा 'वैर तयांना थप्पड बसतां चोळिती ते गालांस' या ओळींचे आता आपल्याला काही वाटत नाही. पण साठ वर्षांपूर्वी त्या शिष्टसंमत काव्यभाषेचा मर्यादाभंग करणाऱ्या होत्या.

मानवी हृदयाच्या सूक्ष्म संवेदना सहज जाणणारा आणि त्यांच्यातले काव्य लीलेने ओळखणारा हा प्रतिभावंत आविष्काराच्या बाबतीत दुर्बळ असावा, हा नियतीच्या क्रूर करमणुकीचाच एक प्रकार असावा. नियती ही जितकी लहरी, तितकीच निर्दय अशी देवता आहे. ती एका स्त्रीला लावण्य देते, दुसरीला मधुर कंठ देते आणि तिसरीवर सुस्वभावाचा वर्षाव करते. सॉक्रेटिस, लिंकन किंवा म. गांधी यांना मुक्तहस्ताने बुद्धिगुण आणि हृदयगुण दिल्यावर जणू काही त्यांची थट्टा करण्याकरिताच त्यांना ती अनाकर्षक चेहरे बहाल करते.

ते काही असो. अकृत्रिम व्यावहारिक शैलींचा अंगीकार केल्यामुळे आणि प्रसाद, ओज व माधुर्य यांपैकी फक्त ओजोगुणच स्वभावतः साध्य असल्यामुळे केशवसुतांची रचना काही वेळा क्लिष्ट, काही वेळा कर्णकटु, क्वचित अगदी गद्यप्राय, तर क्वचित अकारण संस्कृतप्रचुर, केव्हा केव्हा इष्ट रसाचा परिपोष करण्याला अपुरी, तर केव्हा केव्हा मनातला भाव नीट व्यक्त करण्याला असमर्थ अशी झाली आहे हे कुणीही कबूल करील. मूळ प्रेरणा सूक्ष्म आणि हृदयंगम संवेदनेतून निर्माण झाली असूनही नाद, अर्थ, भाव, आणि रस यांची एकरूपता त्यांच्या अनेक चांगल्या कवितांत आढळत नाही. 'वातचक्र', 'सतारीचे बोल', 'फुलपाखरू', 'आम्ही कोण?', 'गोफण', 'हरपलें श्रेय' वगैरे शेवटच्या कालखंडातील अनेक कवितांत त्यांच्या शैलीचे हे वैगुण्य पुष्कळ अंशांनी कमी झाले आहे- जवळजवळ लोप पावले आहे. पण फुलांच्या पायघड्यांत मध्येच- बारीक का होईना- काटा टोचावा, त्याप्रमाणे त्यांच्या सरस व सफाईदार रचनेत सुद्धा एखादा शब्द खटकतो आणि रसिकाचा थोडासा विरस होतो.

मात्र केशवसुतांच्या अनेक टीकाकारांनी या वैगुण्याला वाजवीपेक्षा अधिक महत्त्व दिले आहे असे मला वाटते. लहान मुलाने रडता रडता डोळे चोळून तोंडाला फासून घेतलेले काजळ हे डांबर आहे असे म्हटले, तर ते कितपत योग्य होईल? प्रसादपूर्ण शैलीचा गोडवा सर्वांनाच कळतो. समुद्रकाठच्या वाळूत फिरल्याचा भास उत्पन्न करणारी रचना प्रत्येकालाच प्रिय असते. पण केवळ प्रसाद हा काव्याचा प्रमुख गुण मानता येईल काय? टिळक-विनायकांपासून आजकालच्या कवीपर्यंत

ज्यांचे काव्य प्रसन्न शैलीने नटलेले आहे, असे अनेक कवी आणि कवयित्री दाखविता येतील. पण टिळक-विनायकांच्या कितीशा कविता आपला सुगंध न गमावता टिकून राहिल्या आहेत? कल्पना, भावना आणि विचार यांपैकी कुठल्याही गुणाच्या उत्कटतेने आजच्या वाचकाला सुद्धा मोहून टाकतील, अशा विनायकांच्या कितीशा कविता आहेत? त्यांच्या नंतरच्या दोन पिढ्यांत प्रसन्न शैलीने लिहिणारे जे अनेक कवी झाले, त्यांच्यापैकी कुणाकुणाचे- काळ फारसा लोटला नसूनही- आकर्षण अद्यापि कायम राहिले आहे?

केशवसुतांच्या आविष्कारांतील वैगुण्यांवर पांघरूण घालण्याकरिता मी हे प्रश्न विचारीत नाही. ती वैगुण्ये उघड आहेत. पण प्रसाद हा काव्याचा प्रमुख आत्मीय गुण मानण्याचा प्रघात आपल्याकडे प्राचीन काळापासून पडून गेल्यामुळे- पद्य आणि काव्य यांतील सीमारेषा फार पुसट असल्या कारणाने असे होणे स्वाभाविकच होते- काव्यविषयक मूल्यांच्या बाबतीत आपला अनेक वेळा गोंधळ होतो. वेदान्ती मनुष्य शरीर आणि आत्मा यांच्या तुलनेत आत्म्याला शरीरापेक्षा अनेक पटींनी श्रेष्ठ मानून, जीवनमूल्यांच्या बाबतीत असाच संभ्रम निर्माण करतो. कवीचे खरे कार्य केवळ एखादी परिचित भावना, कल्पना किंवा विचार सर्वांना समजतील, अशा गोड शब्दांत व्यक्त करणे हे नाही. ते पद्यकाराचे काम आहे. कृत्रिम फुलांना आपण हवे ते रंग आणि प्रसंगी सुगंध सुद्धा देऊ शकतो. पण सृष्टीतल्या फुलांचे नैसर्गिक रंग आणि जिवंत सुगंध यांचा आनंद त्यांच्यापासून कसा मिळेल? जीवनाची स्वतंत्र रितीने उत्कट अनुभूती घेणे आणि त्या अनुभूतीतील क्षणभंगुर सौंदर्याला आपल्या शब्दांनी चिरंजीवन देण्याचा प्रयत्न करणे हे कवीचे खरे कार्य आहे. ते केवळ प्रसादपूर्ण शैलीने किंवा तशाच प्रकारच्या काव्याला शोभा आणणाऱ्या पण काव्याच्या आत्म्याशी निकटचा संबंध नसलेल्या गुणांनी कितपत साधते? तुलना नेहमीच वाईट असते. तिने समजूत पडण्यापेक्षा गैरसमजच निर्माण होण्याचा संभव अधिक. पण केशवसुतांच्या काळातील प्रमुख कवींपैकी कुणाच्या किती कविता आजही काव्यगुणांमुळे निर्माण होणाऱ्या अपूर्व धुंदीचा रसिकांना अनुभव आणून देतात ते पाहण्याजोगे आहे.

◆

१६

'माझ्या दुर्मुखल्या मुखामधुनिया चालावयाचा पुढें। आहे सुंदर तो सदा सरस वाङ्‌निष्यंद चोहींकडे' या ओळीत गुरूच्या कठोर थट्टेची स्वाभिमानात्मक प्रतिक्रिया किती होती आणि कवित्वाकडे स्वभावत:च ओढ घेणाऱ्या केशवसुतांच्या मनाचे

ध्येयवादित्व किती होते हे सांगणे कठीण आहे. पण या ओळींतील शब्द खरे व्हावेत म्हणून जन्मभर त्यांनी जिवाचे रान केले, यात शंका नाही.

पालग्रेव्हने संपादित केलेले इंग्रजी भावगीतांचे सुवर्णभांडार (Golden Treasury) त्यांच्या विद्यार्थिदशेतल्या अस्फुट प्रतिभेच्या विकासाला निःसंशय साहाय्यभूत झाले. धुमसणाऱ्या अग्नीला वाऱ्याची मदत मिळाली, म्हणजे त्याच्यातून ज्वाळा प्रकट होते. प्रतिभेच्या बाबतीतही तसेच घडते. पण 'सुवर्णभांडारा'तल्या विविध भावगीतांतील किंवा त्यानंतर वाचनात आलेल्या व आवडलेल्या कीट्स-शेले प्रभृति कवींच्या काव्यातील आत्मपरता, कल्पकता, भावतरलता, गीतानुकूलता, इत्यादी गुणांनी केशवसुत दिपून गेले नाहीत. त्यांचे अनुकरण करीत बसण्यात त्यांनी क्षणभर सुद्धा समाधान मानले नाही. काव्यगुणांनी नटलेली तशा प्रकारची अस्सल देशी कविता निर्माण झाली पाहिजे, अशी आकांक्षा त्यांनी धरली. स्कॉट व डिकेन्स पचवून हरिभाऊंनी जशी मराठी वाणाची आणि मराठी बाण्याची कादंबरी निर्माण केली, त्याप्रमाणे कीट्स-शेले पचवून केशवसुतांनी सह्याद्रीतल्या मातीचा सुगंध असलेली, कोकणातल्या सृष्टिसौंदर्याने मुग्ध झालेली आणि मराठी मनाच्या उसळत्या रक्ताच्या तालावर नाचणारी खरीखुरी भावकविता लिहिली.

काव्यलेखनाच्या प्रारंभकाळी भाषांतराचा किंवा रूपांतराचा पांगुळगाडा केशवसुतांनी अधूनमधून हाती धरला. पुढेही एखाद्या इंग्रजी कवितेचा आधार घेऊन त्यांनी काव्यलेखन केले. (दिवस आणि रात्र, दवाचे थेंब, प्रणयकथन.) त्यांच्या स्वतंत्र कवितांतील काही कल्पनांवर व शब्दप्रयोगांवर पाश्चात्त्य काव्याची छाया पडली आहे. पण याचा अर्थ त्यांनी 'गोल्डन ट्रेझरी'तून किंवा इतर इंग्रजी कवींपासून मोठी उसनवारी केली असा मुळीच होत नाही. कीट्स, शेले, बायरन व वर्डस्वर्थ या एकोणिसाव्या शतकातील चार प्रमुख भावकवींपैकी ते कुणाही एकाचे विशेष ऋणी नाहीत. गोविंदाग्रजांनी 'केशवसुत कसले मेले?' या कवितेत त्यांची शेलेशी तुलना केली असली, तरी व्यक्तित्वाच्या आणि प्रतिभागुणांच्या दृष्टीने त्यांचे वर्डस्वर्थशीच अधिक साम्य आहे. असे असूनही त्यांच्या कवितेवर वर्डस्वर्थची छाप नाही. परकीय वाङ्मयातील प्रतिभावंतांपासून स्फूर्ती घेताना ती पचविण्याची शक्ती नसली तर कलावंताची मोठी पंचाईत होते. त्यांची कृती लोकांना बाटगी वाटू लागते. ते नकळत तिच्यावर बहिष्कार घालतात. हा धोका केशवसुत- थोड्या कष्टाने का होईना- टाळू शकले. म्हणूनच त्यांनी निर्माण केलेली नवी कविता इथे रुजली, वाढली.

या नव्या कवितेच्या अंतरंगाप्रमाणे तिचे बहिरंगही नवीन होणे अपरिहार्य होते. केशवसुतांना त्याची पुरेपूर जाणीव होती. भावकवितेचा आविष्कार सोपा व रसानुकूल पद्धतीनेच झाला पाहिजे, तिचे गीताशी अगदी जवळचे नाते आहे, हे ओळखून त्यांनी पहिल्यापासून जुन्या काळच्या स्त्रीच्या अलंकारांप्रमाणे अवजड वाटणाऱ्या

वृत्तांच्या बंधनांतून कवितेला मुक्त करण्याचा प्रयत्न केला. जुन्या-नव्यामधला पूल, म्हणून दिंडीसारखी जाती त्यांनी 'अढळ सौंदर्य' व 'एक खेडें' या आपल्या आरंभीच्या कवितांतच वापरली. शिखरिणी, मंदाक्रांता, वसंततिलका आणि शार्दूलविक्रीडित या वृत्तांचा एकीकडे रसपोषक रीतीने उपयोग करीत असतानाच नव्या रसानुकूल चालींचा ते प्रयोग करून पाहत होते. 'गावी गेलेल्या मित्राची खोली लागलेली पाहून' व 'मुळामुठेच्या तीरावर' ही त्यांच्या प्रयोगशीलतेची पहिली दोन चांगली उदाहरणे होत. 'भृंग'मध्ये त्यांनी पुढचे पाऊल टाकले. 'तुतारी', 'झपूर्झा', 'रुष्ट सुंदरीस', 'फार दिवसांनी भेट', 'नवा शिपाई', 'प्रणयकथन', 'निशाणाची प्रशंसा' या सर्व कविता जुन्या अक्षरगणवृत्तांत रचल्या गेल्या असत्या, तर त्यांच्यातील नाद, अर्थ, भाव आणि रस यांची एकरूप उत्कटता सध्या इतकी जाणवली असती असे वाटत नाही. भावकाव्याच्या रसपूर्ण आविष्काराला योग्य अशी रचना करण्याचे त्यांचे प्रयोग पुढेही थांबले नाहीत. 'वातचक्र', 'म्हातारी', 'घुबड', 'फिर्याद', 'गोफण', 'मनोहारिणी' व 'हरपलें श्रेय' या सर्व कविता या दृष्टीने अभ्यसनीय आहेत.

केशवसुतांच्या या प्रयोगशीलतेमुळेच सुनीत हा काव्यप्रकार मराठीत रूढ झाला. त्यांच्या गंभीर व चिंतनशील वृत्तीला मानवणारा असाच हा प्रकार होता. तो चांगल्या रीतीने मराठीत रूढ व्हावा म्हणून त्यांनी वर्षानुवर्ष प्रयत्न केले. 'मयूरासन आणि ताजमहाल' (१८९३) या पहिल्या चांगल्या सुनीतापूर्वी सतत तीन वर्षे ते 'सुनीता'चे चिंतन करीत असावेत. 'सृष्टी, तत्त्व आणि दिव्यदृष्टी', 'स्वर्ग, पृथ्वी आणि मनुष्य', 'दिव्य ठिणगी', 'कल्पकता', 'कवी', 'शब्दांनो, मागुते या', 'दिवा आणि तारा' या १८९० नंतरच्या शार्दूलविक्रीडितातील चार-चार श्लोकांच्या कविता ही त्यांची सुनीताकरिता चाललेली पूर्वतयारी होती. 'दिव्य ठिणगी' किंवा 'दिवा आणि तारा' ही कविता आशय, मांडणी वगैरे दृष्टींनी सुनीताशी किती जवळची वाटते, ते पाहावे. जुळ्या भावंडांइतके या कवितांच्या आणि सुनितांच्या रचनेत साम्य आहे.

◆

१७

केशवसुतांच्या कवितेत खऱ्या कल्पकतेपेक्षा (Imagination) कल्पनाचमत्कृतीचाच (Fantacy) भाग अधिक आहे, असा आक्षेप घेतला गेला आहे. तो कितपत सत्य आहे हे पाहण्याआधी एक गोष्ट लक्षात ठेवली पाहिजे. ती म्हणजे केशवसुतांनी जरी सदैव नवीन पद्धतीची भावकविता लिहिली, तरी ते ज्या

भारतीय साहित्याचा वारसा घेऊन आले होते, त्यात कल्पनाचमत्कृतीला फार मोठे स्थान होते. 'मेघदूत' हे याचे उत्तम उदाहरण आहे. ते स्थान स्वाभाविकही होते. सुजल, सुफल आणि सस्यश्यामल अशा या देशात- वृक्षवेलींनी आणि पर्वतनद्यांनी नटलेल्या या भूमीत- (जिथे बहुतेक ऋतूत सृष्टिसुंदरी आपल्या लावण्याच्या निरनिराळ्या कळा दाखवीत असते, जिथे सावळा प्रेमिक प्रियतमेला घनश्याम वाटतो, जिथे प्रेयसीच्या लाडिक बोलण्यात कोकिलकूजिताचा सहज भास होतो, जिथे पावसाळ्यातल्या नद्या प्रियकराला भेटायला निघालेल्या अभिसारिकांसारख्या वाटतात आणि त्याच हिवाळ्यात प्रणयतृप्तीने प्रसन्न झालेल्या रमणीप्रमाणे भासू लागतात, जिथे एका कमलपुष्पाचे सारखेच सुंदर असलेले अनेक रंग असू शकतात, जिथे वर्षाकालीन आकाशातील संध्यारंग पाहून मोराचा आपला पिसाऱ्याचा गर्व गळून जातो, जिथे आज नदीत दिवे सोडले जाऊन आकाश पाण्यावर आणले जाते आणि उद्या घरोघर दीपज्योती लावून ते पृथ्वीवर उतरले जाते, तिथे लहान मुलाच्या चांदूमामाला आभाळातला वाडा सुद्धा चिरेबंदी असतो, जिथल्या एका कवीला विशाल सरोवर पाहून ते भगवान शंकराचे हास्य भासते आणि दुसऱ्या कवीला शेजारी बसलेल्या सखीचे सुख आणि आकाशातला चंद्रमा यांतला कोणता चंद्र खरा, असा संभ्रम पडतो, पावसाची मुसळधार पाहून जिथल्या शेतकऱ्याला सुद्धा हत्तीच्या सोंडेची आठवण होते, अशा या भूमीत) मनुष्याची कल्पना स्वच्छंद संचार करू लागली नाही तरच नवल! धुके, बर्फ, गोठलेल्या नद्या, ढगाळलेले आभाळ, हिवाळ्याला भिऊन दूरदेशी निघून जाणारे पक्षी व वर्षातून सात-आठ महिने उदास वृत्तीने वावरणाऱ्या वृक्षवेली यांचे जग निराळे आणि हे हसरे, प्रफुल्लित जग निराळे. या अद्‌भुतरम्य जगातूनच भारतीय प्रतिभेवर कल्पनाचमत्कृतीचे रंगीबेरंगी फूल उमलले आहे. ते कृत्रिम, चिकटविलेले फूल नव्हे!

पण पाश्चात्त्य वाङ्मयाशी आपला निकट संबंध आल्यापासून कल्पनाचमत्कृती ही एक कृत्रिम आणि रसपरिपोषक नसलेली गोष्ट आहे असा अनेकांनी आपला समज करून घेतला आहे. या बाबतीत केशवसुतांवर जी टीका झाली आहे, तिच्या मुळाशी ही समजूतच आहे. नव्या भावकवितेच्या अंतरंगाशी कल्पनाचमत्कृतीचे नेहमीच जमते अथवा जमेल असे नाही. गोविंदाग्रजांच्या कवितेत काही जागी भावदर्शन आणि कल्पनाचमत्कृती यांचा विसंवाद जाणवतो व त्यामुळे रसिकांचा किंचित विरस होतो. पण कल्पनाचमत्कृती ही केवळ अलंकरणात्मक गोष्ट आहे, बुद्धी आणि कल्पना यांना गुदगुल्या करणे हेच काव्याचे मुख्य कार्य मानणाऱ्या जुन्या काळात तिला महत्त्व आले असेल पण आत्मनिष्ठा, भावविष्कार आणि सौंदर्यपूजा या आधुनिक काव्यगुणांशी तिचे सूत जमण्यासारखे नाही असा काही याचा अर्थ नाही. कलात्मक दृष्टीने उपयोग केल्यास कल्पनाचमत्कृतीमुळे भावकाव्याच्या

सौंदर्यात कशी भर पडते, हे केशवसुतांच्या कवितेतील खालील उदाहरणांवरून दिसून येईल-

गावी गेलेल्या मित्राची खोली लागलेली पाहून ते म्हणतात :

येथें होता रहात माझा स्नेही
स्नेह्यांसाठीं जो या लोकीं राही

पाशाला जो तोडायाला पाहीं
स्वदेशपाशीं अपणा बांधुनि घेई

या स्नेह्याने देशासाठी इतर सर्व लौकिक पाश तोडून टाकले होते. पण ते पाश तोडता तोडता देशभक्तीच्या नव्या पाशात त्याने स्वत:ला बांधून घेतले होते. माणसाच्या मनाची खरी मौज हीच आहे. तिची जाणीव होऊन केशवसुत पुढे सांगतात :

पाशांविण या कोठें काहीं नाहीं

पाशांकरिता चाले अवघें काहीं

या दोन ओळींत त्यांनी सांगितलेले जीवनविषयक सत्य मूलत:च सुंदर आहे. पण त्या सत्याचे सौंदर्य वृद्धिंगत व्हावे म्हणून ते त्याला कल्पनेची जोड देतात. ते म्हणतात :

पाशांतुनि या सुटतां सुंदर तारे
तेज तयांचें विझूनि जाई सारें

'फुलपाखरू'या कवितेतील पुढील दोन कडवी हे केशवसुतांच्या रसपरिपोषक कल्पकतेचे चांगले उदाहरण आहे. या फुलावरून त्या फुलावर भिरभिरत राहणाऱ्या फुलपाखराचे ते असे वर्णन करतात :

तरल कल्पना जशी कवीची
सुंदर विषयांवरुनी साची
भ्रमण करी, गति तशीच वाटे
फूलपाखराची!

वा मुग्धेची जैशी वृत्ति
पतिसहवास-स्वप्नांवरती
विचरे, फुलपाखराची तशी
हालचालही ती!

‘दिवाळी’तील पुढील दोन श्लोकांची रचना परंपरागत पंडितपद्धतीची असली, तरी त्यांच्यातील- विशेषतः दुसऱ्या श्लोकातील- कल्पनाविलास कुणाला हृदयंगम वाटणार नाही?

सस्यांचा बरवा अनर्घ्य हिरवा शालू असे नेसली
जाइची जुईची गळां धरितसे जीं रम्य पुष्पावली,
ती भाळीं तिलकांकिता शशिमुखी आतां शरत्सुंदरी
माथां लेवुनि केवडा विचरते घेऊनि पद्में करीं!

जो गोपाळ गमे प्रभातसमयीं गाई वनीं चारितां
वाटे रव्युदयीं नदीवर मुनी अर्घ्यांस जो अर्पितां
जो भासे दिवसां कृषीवल शिरीं खोवूनियां लोंबरें
तो आतां ऋतु शारदीय बहुधा शेतांतुनी संचरे

याच कवितेतील पुढील मजेदार विनोदी श्लोक केशवसुतांच्या काव्यात अगदी अपवादभूत आहे. त्याचा उगमही कल्पनाचमत्कृतींतच आहे.

आता भार नसे कुणास, पण तो शिंक्यास भारी असे
हातां काम नसे, परंतु पडतें तोंडात तें फारसें
कोणा मार नसे, तरी पण शिरीं तो सोंगट्यांच्या बसे
कोणा त्रास नसे, परंतु नयनां तो जागरें होतसे

अशा कल्पनाविलासावर क्लिष्ट क्लृप्तींचा आरोप कुणी केला, तर तो करणाराच अरसिक ठरेल. शिवाय केवळ कल्पनाचमत्कृतींच्या मागे धावणे- एखादे लहान मूल फूलपाखरू पकडण्याकरिता धावते, त्याप्रमाणे कल्पनेच्या तरल सौंदर्याने मोहित होऊन काव्याचा आत्मा असलेल्या भावनेपासून दूर जाणे- हा केशवसुतांच्या प्रतिभेचा प्रकृतिधर्म नाही. तो गोविंदाग्रजांच्या प्रतिभेचा विशेष आहे.

काव्याविषयीची केशवसुतांची कल्पना १९०५ साली त्यांनी एका कवीला लिहिलेल्या पत्रात स्पष्टपणे व्यक्त झाली आहे. त्या पत्रात ते म्हणतात, ‘तुम्हास जगाच्या अंधारात आपल्या बुद्धीचा किरण पाडणे आहे काय? असेल, तर तुमचे हृदय उललेले आहे काय, फाटले आहे काय, म्हणून मी विचारतो. कारण बुद्धी तो प्रकाश जेव्हा परावृत्त करून जगावर पाडते, तेव्हा अंधारात चाचपडणारास वाट दिसू लागते.’

◆

१८

केवळ कल्पनाचमत्कृतींतून कविता जन्माला येत नाही, तिचा उगम उललेल्या हृदयात, विद्ध झालेल्या अंत:करणात, फाटून गेलेल्या काळजात असतो हे केशवसुत पुरेपूर जाणत होते. त्यांच्या पहिल्या कवितांत रचनेचा ओबडधोबडपणा आहे, शैलीचा दाठरपणा आहे. पण केवळ कल्पनाचमत्कृतीच्या आधारावर त्यांनी काव्यरचना केली आहे असे सहसा आढळणार नाही. त्यांच्या बहुतेक कवितांचा उगम संवेदनांत आणि भावनांत आहे. ती ती संवेदना आणि ती ती भावना यांची अभिव्यक्ती नवीन तऱ्हेने व्हावी, म्हणून ते सदैव धडपड करीत राहिले. या धडपडींची अनेक उदाहरणे देता येतील. त्यांतल्या एकाच महत्त्वाच्या प्रयोगाचा इथे उल्लेख करतो.

त्यांच्या अनेक कविता (उदा. सृष्टी, तत्त्व आणि दिव्य दृष्टी, दिव्य ठिणगी, समृद्धी आणि प्रीती, कल्पकता, क्षणात नाहीसे होणारे दिव्य भास) कल्पित कथांच्या रूपाने मांडल्या गेल्या आहेत. या कवितांचे वैशिष्ट्य प्रथमदर्शनी लक्षात येत नाही. पण केशवसुत कथाकार कवी होते. कवीने परिचित पौराणिक अगर ऐतिहासिक कथेचा आश्रय करण्याची पद्धत आपल्याकडे फार पूर्वीपासून प्रचलित होती. असे कथाकाव्य सामान्यत: विस्ताराने मोठे असायचे व ते वर्णनपर पद्धतीने लिहायचे, हेही ठरून गेल्यासारखे होते. पण केशवसुतांनी ही चाकोरी सोडून दिली. स्वत:चे उत्कट अनुभव सांगण्याकरिता त्यांनी छोट्या कल्पित कथा निर्माण केल्या. अशा कथानिर्मितीत कवीची कल्पकता दिसून येते हे खरे. पण अपरिचितपणामुळे व विस्ताराच्या अभावामुळे या कथा सामान्य वाचकांच्या पचनी पडणे कठीण होते. त्यातील अनूभूती व आविष्कारपद्धतीही नवीन. उदाहरणार्थ, 'क्षणात नाहीसे होणारे दिव्य भास' ही कविता घ्या. व्यावहारिक जग आणि कल्पनेचे जग यांच्या सीमारेषेवर उभ्या असलेल्या कलावंताच्या मनाची सदैव होणारी ओढाताण केशवसुतांनी अवघ्या पाच श्लोकांत एका कथाप्रसंगाच्या द्वारे या कवितेत वर्णन केली आहे. त्यातही त्यांनी विशिष्ट परिभाषेचा आश्रय केला आहे. 'आत्माराम' म्हणजे व्यावहारिक उपाधींपासून अलिप्त असलेला कलावंताचा आत्मा. 'आक्का' म्हणजे दैनंदिन जीवनात रमून जाणारी व त्यांचे कठोरपणे नियंत्रण करणारी व्यावहारिक बुद्धी. ही दोन्ही नावे मोठी सूचक आहेत. पण केशवसुतांनी वर्णन केलेला कलावंताचा अनुभव जसा सर्वसामान्य वाचकाला आपला स्वत:चा वाटणारा नव्हता, तशी या कवितेतली सूचकताही त्याच्या पचनी पडणे कठीण होते. पाश्चात्त्य कथा किंवा काव्य यांच्यांतली सूचकता हा तिकडचा स्वाभाविक विकास आहे. पण भारतीय

साहित्यात अशी परंपरागत सूचकता नसल्यामुळे- किंबहुना सूचकतेपेक्षा, स्पष्ट चित्रणावर त्यात भर असल्यामुळे- आधुनिक सूचकता ही सामान्य वाचकाच्या दृष्टीने कित्येक वेळा दुर्बोधता बनते. मग त्यांच्या दृष्टीने कविता किंवा कथा हे कोडे होते. हा अनुभव काव्यांत फक्त केशवसुतांनाच आला असे नाही. तो मर्ढेकरांनाही आला. विंदा करंदीकरांच्या काही कविता अशाच आहेत. अभिव्यक्तीच्या बाबतीत वाचकाच्या पातळीवर लेखकाने उतरण्यात कलेची हानी आहे. पण त्याचबरोबर लेखकाची पातळी व वाचकाची पातळी यांत काही संबंध राहील- यांत्रिक साधनांनी पाणी उंचावर चढविले जाते, त्याप्रमाणे वाचकाची रसिकता लेखकाच्या प्रतिभेचे आकलन करण्याच्या पातळीवर जाईल- अशी दक्षता घेणे अशा वेळी आवश्यक असते. पण ते सर्वांनाच जमते असे नाही. केशवसुत नाना प्रकारचे नवे प्रयोग करून पाहत होते. प्रयोगांत गुंग झालेला संशोधक यशापयशाची सहसा फिकीर करीत नाही. तशी चिंता करणाऱ्याला बेधडक नवे प्रयोग करता येत नाहीत. 'सुवर्णभूमीचा शोध लावून परत येईन, नाही तर महासागरात बुडून अथवा रानटी टोळ्यांच्या हाती सापडून मरून जाईन', असे म्हणणारा कोलंबसच नव्या भूमीचा शोध लावू शकतो.

केशवसुतही अशाच ईर्ष्येने प्रेरित झाले होते. त्यामुळे त्यांच्या नव्या प्रयोगांवर क्लिष्टतेचा व क्लृप्तिबाजपणाचा आक्षेप येणे अपरिहार्य होते. त्यांच्या अंतरंगातल्या विशाल आशयाच्या मानाने त्यांचे अभिव्यक्तीचे सामर्थ्य तोकडे होते, ही वस्तुस्थितीही या आक्षेपाच्या मुळाशी आहे. १९०५ सालच्या वर उल्लेखिलेल्या पत्रात 'मी तर प्रथम फारच गचाळ लिहीत असे,' असे ते म्हणतात. सुलभ आणि प्रसन्न शैलीच्या अभावामुळे त्यांच्या काही चांगल्या कल्पना क्लिष्ट किंवा क्लृप्तिप्रधान मानण्याची पद्धत पडून गेली आहे असे मला वाटते. जवाहिऱ्याच्या दुकानात काचेच्या कपाटात सुंदर दागिने प्रदर्शनाकरिता ठेवलेले असावेत, पण त्या काचेवर पावसाचे थेंब उडाल्यामुळे आतील अलंकारांचे सौंदर्य पूर्णपणे प्रकट होऊ नये, तशी त्यांच्या अनेक कवितांची स्थिती झाली आहे. केशवसुतांची 'विकसन' आणि बालकवींची 'फुलराणी' किंवा केशवसुतांची 'सृष्टि, तत्त्व आणि दिव्यदृष्टि' व माधवानुजांची 'मूर्तिकार' या कवितांची या दृष्टीने तुलना करून पाहण्यासारखी आहे. विस्ताराला व प्रत्येक गोष्ट स्पष्टपणे सांगून घ्यायला चटावलेला वाचक आणि सूचकतेने व नवीन पद्धतीने काव्यकल्पनेची अभिव्यक्ती करण्याचा अट्टाहास धरणारे केशवसुत यांच्यांत त्या काळी समरसता का होऊ शकली नाही, याची यावरून कल्पना येईल.

◆

११

पण तो काळ आता पूर्णपणे मागे पडला आहे. केशवसुतांच्या हयातीत टिळक-विनायकांसारख्या काही कवींनी आणि संख्येने अतिशय मर्यादित असलेल्या रसिकांनी त्यांच्या प्रभावी कवित्वाची कदर केली. नाही असे नाही. पण त्यांच्या संप्रदायाचा विकास आणि विस्तार झाला, तो त्यांच्या मृत्यूनंतरच. बालकवि व गोविंदाग्रज या दोन प्रतिभावान कवींना केशवसुतांच्या काव्यापासून विशेष प्रेरणा मिळाली. बालकवींची सृष्टिविषयक कविता आणि गोविंदाग्रजांची प्रीतिविषयक कविता हे मराठी शारदेचे बहुमोल अलंकार आहेत. प्रसन्न व हृदयंगम शैलीची देणगी या दोघांना मिळाली होती. या बाबतीत ते केशवसुतांपेक्षा अधिक भाग्यवान होते. हे दोन्ही कवी दुर्दैवाने अल्पायुषी झाले, पण अवघ्या एक दशकात (१९०८-१९१८) त्यांच्या कवितांनी मराठी मनाला अभूतपूर्व चटका आणि नव्या भावकवितेची गोडी लावली. त्यानंतरच्या प्रमुख कवींपैकी माधव ज्यूलियन, कुसुमाग्रज, मर्ढेकर आणि विंदा करंदीकर या कवींवर झालेले केशवसुतांचे संस्कार स्पष्टपणे दिसतात. त्या संस्कारांची सविस्तर मीमांसा करण्याचे हे स्थळ नव्हे. पण एक उदाहरण घेऊन त्याचे किंचित दिग्दर्शन केलेले बरे.

केशवसुत नव्या इंग्रजी राज्यातील उगवत्या मध्यमवर्गाचे प्रतिनिधी होते. तो विज्ञानाच्या विस्ताराचा आणि विजयाचा काळ होता. विज्ञानाच्या बलावर सारे जग सुखी करता येईल असा आशावाद त्या वेळी प्रत्येक शिकलेल्या मनुष्याच्या मनात नांदत होता. देशावर राज्य करणाऱ्या परकीय सत्तेशी आणि समाजमनावर अधिराज्य चालविणाऱ्या अंध रूढींशी टिळक-आगरकरांसारखे पोलादी छातीचे पुरुष हसत सामना करीत होते. या सर्व कारणांमुळे केशवसुतांच्या वेळचा शिक्षित मध्यमवर्ग आशावादाने भारलेला होता. तो नाना प्रकारच्या नव्या स्वप्नांत रंगून गेला होता. म्हणूनच वैयक्तिक जीवनावर नैराश्याची छाया पसरलेली असूनही केशवसुत 'तुतारी', 'स्फूर्ति', 'नवा शिपाई', 'गोफण' अशा ओजस्वी व प्रेरक कविता लिहू शकले.

मर्ढेकरांचे काव्य प्रथमदर्शनी केशवसुतांच्यापेक्षा भिन्न भासते. त्यांच्या काव्यावर विफलतेची छाया पसरलेली आहे असा भास होतो. ही विफलता केवळ वैयक्तिक जीवनातली नाही. ती सामाजिक जीवनातून सुद्धा आलेली आहे. असे असूनही कवी या नात्याने केशवसुत व मर्ढेकर यांच्यांत अनेक साम्ये आहेत असे मला वाटते. काव्याची भाषा, छंद, अभिव्यक्तीची पद्धत, काव्यरचनेच्या रूढ मार्गाविषयी बेपर्वाई, आटोपशीर रचना, अर्थपूर्ण सूचकता, व्यक्तापेक्षा अव्यक्ताची ओढ, इत्यादी बाबतींत मर्ढेकर केशवसुतांच्या फार जवळचे वाटतात. त्यांचे काव्य मध्यमवर्गाच्या स्वप्नभंगाच्या

आणि विज्ञानाने निर्माण केलेल्या यंत्रयुगाचे भीषण स्वरूप त्या होऊ लागण्याच्या काळात जन्माला आले. त्यामुळेच त्याच्यावर विफलतेची इतकी दाट छाया पसरली आहे. हार्ट क्रेन या अमेरिकन कवीने म्हटले आहे, 'Unless poetry can absorb the machine, i.e. acclimatize it as naturally and as casually as trees, cattle, galleons, castles and other human associations of the past, then poetry has failed of its contemporary function.' (काव्याने यंत्रयुग पचविले पाहिजे. गुरेवासरे, वृक्षवेली वगैरे गोष्टी त्याला जितक्या स्वाभाविक वाटतात, तितकीच यंत्रांविषयी त्याला आत्मीयता वाटली पाहिजे. असे झाले तरच काव्य या युगातले आपले कार्य पार पाडू शकेल.) क्रेनच्या या म्हणण्यात पूर्ण सत्य नसले, तरी सत्यांश निश्चित आहे. पण जिथे अजून पाश्चात्त्य कवींनाही यंत्रयुग नीट पचविता येत नाही, (क्रेनने पुढे आत्महत्या केली. आधुनिक शहरी जीवनाचा तीव्र ताण सोसणे क्रेनला अशक्य झाले व त्यामुळेच तो आत्महत्येला प्रवृत्त झाला, असे त्याच्या मित्रांचे मत आहे.) तिथे ते आपल्याकडील कवीला- तो कितीही आधुनिक झाला तरी- कसे पचणार? पण हा विफलतेचा भाग सोडून दिला, तर मर्ढेकरांनी केशवसुतांच्या कवितेचे मर्म पूर्णपणे लक्षात घेऊन काव्याच्या भाषेपासून त्याच्या अभिव्यक्तीच्या पद्धतीपर्यंत कालानुरूप अनेक नवे प्रयोग केले असे दिसून येईल.

केशवसुतांच्या अनेक विशेषांचा आविष्कार विकसित स्वरूपात कुठे आढळत असेल, तर तो कुसुमाग्रजांच्या कवितेत. कुसुमाग्रज-बोरकरांनंतर केवळ काव्याच्या विषयांच्या बाबतीतच नव्हे, तर त्यांच्या अभिव्यक्तीच्या बाबतीतही मराठी कवितेला अगदी निराळे असे वळण लागले. या नव्या अभिव्यक्तीच्या पद्धतीत जशी सुंदर सूचकता आहे, तशा अनेक तांत्रिक क्लृप्त्याही आहेत. इलियट, पाउंड, सँडबर्ग, कमिंग्ज वगैरेंच्या काव्यांचा या अभिव्यक्तीच्या पद्धतीवर परिणाम झाला आहे. साहजिकच केशवसुतांच्या पद्धतीहून ती निराळी झाली आहे.

◆

२०

फुलांप्रमाणे काव्यांतही नाना रंग आणि नाना सुगंध असतात. केशवसुतांच्या पिढीतील टिळक, विनायक, तांबे, बी, चंद्रशेखर, दत्त, माधवानुज वगैरे कवी व त्यांच्या नंतरच्या पिढीतील सावरकर, गोविंदाग्रज, बालकवि, रेंदाळकर प्रभूति कवी पाहिले, तर प्रत्येकाच्या कवितेचे खास असे वैशिष्ट्य आहे. काळाच्या दाहक स्पर्शाने चंद्रशेखरांच्या काही कविता कोमेजून गेल्या आहेत; यापुढे आणखी अनेक कोमेजतील. पण इ. स. २००१ सालातला मराठी काव्याचा अभ्यासक जेव्हा या

कालखंडाकडे वळेल, तेव्हा 'काय, हो, चमत्कार' किंवा 'गोदागौरव' वाचताना तो आजच्या रसिकाइतकाच मुग्ध झाल्याशिवाय राहणार नाही. बी कवींचे 'कमळा' हे कथाकाव्य घ्या, सावरकरांची 'माझे मृत्युपत्र' ही अग्निज्वाळेशी स्पर्धा करणारी भावकविता घ्या किंवा 'विश्वामित्राच्या काठी' हे दत्तांचे कुसुमकोमल भावगीत घ्या, त्यांना रसिकांच्या राज्यात मरण नाही. ही सर्व आता मराठी शारदेच्या भांडारातील चिरंतन संपत्ती झाली आहे.

वरील सर्व कवी कमी-अधिक प्रमाणात माझे आवडते आहेत. अबोलीची फुले, प्राजक्ताची फुले, सोनचाफ्याची फुले, हिरव्या चाफ्याची फुले, शुभ्र कमळे, लाल कमळे- अशी किती फुले सांगू?- या साऱ्या फुलांचा मी चाहता आहे. वैचित्र्य हाच जीवनाचा आत्मा आहे असे मला नेहमी वाटते. ही विविध फुले माझ्या आत्म्याची सौंदर्यतृषा आपापल्यापरी तृप्त करीत आली आहेत. म्हणूनच मला ती सर्व प्रिय वाटतात. फार काय, माळावर फिरायला गेल्यानंतर पुसट पाऊलवाटेच्या दोन्ही बाजूंना उमटलेल्या जांभळ्या, चिमुकल्या तृणपुष्पांकडे सुद्धा किती तरी वेळ मी डोळ भरून पाहत उभा राहतो. त्या फुलांचे सुद्धा माझ्याशी जवळचे नाते आहे.

जी स्थिती फुलांची, तीच इतर सर्व ऐंद्रिय सौंदर्याची व आत्मिक अनुभूतींची. त्यांचे वैचित्र्य मला आनंद देते, माझ्यातील अनामिक अपूर्णता- अगदी अल्प अंशाने का होईना- ते दूर करते.

वर उल्लेखिलेल्या सर्व कवींशी विद्यार्थिदशेतच माझा परिचय झाला. तो परिचय शिक्षक आणि लेखक या दोन्ही नात्यांनी गेली चाळीस वर्षे वृद्धिंगत होऊन त्याचे स्नेहात, प्रेमात, आदरात- आणि क्वचित भक्तीतही- रूपांतर झाले. तथापि, केशवसुतांच्या कवितेइतकी दुसऱ्या कुणाच्याच कवितेने आयुष्यभर माझी सोबत केलेली नाही. आजही एखाद्या बाळमैत्रिणीसारखी मला ती वाटते. त्यांची कवने बकुळीच्या फुलांसारखी आहेत. ती नाजूक वेलीवर उमललेली नसतील, त्यांचे बहिरंग मोहक रंगाचे नसेल, पण प्रथम किंचित मंद भासणाऱ्या त्यांच्या सुगंधात अपूर्व सजीवता आणि उत्कटता आहे. इतर फुलांपेक्षा बकुळीच्या फुलांचा सुगंध दीर्घकाळ टिकतो. तोच गुण 'वातचक्र', 'सतारीचे बोल', 'झपूर्झा', 'हरपलें श्रेय' इत्यादी कवितांत आहे. तुमच्या-आमच्या क्षणभंगुर अनुभूतीतले सौंदर्य टिपून घेण्याचे आणि त्याला चिरंजीव रूप देण्याचे सामर्थ्य केशवसुतांच्या प्रतिभेत आहे. जीवनाच्या उगमापासून मुखापर्यंत स्वैर संचार करण्याचे साहस तिने प्रकट केले आहे. विशाल मानवी संसार ज्या खोल पायावर उभारला गेला आहे, त्याचा वेध जितक्या अचूकपणे तिने घेतला आहे, तितक्यात समर्थपणाने तिने त्याच्या अंतिम मूल्यांचाही आविष्कार केला आहे. हा संसार सर्व बाजूंनी काव्याने वेढला गेला आहे; एवढेच नव्हे, तर बाह्यत: खडकाळ भासणाऱ्या त्याच्या अंतरंगातूनही काव्याचे

अमृतझरे वाहत आहेत, याची जाणीव तिने पदोपदी प्रकट केली आहे. तिने तुमच्या-आमच्या- जगातल्या प्रत्येक माणसाच्या- किती तरी मुक्या सुखदुःखांना बोलायला लावले आहे आणि आंधळ्या प्रीतीला व पांगळ्या आकांक्षांना लीलेने आशेच्या शिखरावर चढविले आहे. माळरानावर उपेक्षित स्थितीत पडलेल्या शिलेवरला अदृश्य पण अद्‌भुत लेख ती वाचते, पायांखाली तुडविल्या जाणाऱ्या अंगणातल्या रांगोळीतले उदात्तत्व ती जाणते आणि अज्ञानाच्या पडद्यामागे लपलेल्या जीवनरहस्याचे अंधूक तरी दर्शन घडावे म्हणून ती तडफडते. ती जितकी आत्मनिष्ठ तितकीच विश्वप्रेमी, जितकी हळवी तितकीच बंडखोर, जितकी उदास तितकीच उदात्त, जितकी करुण तितकीच कठोर आहे. ती मनुष्याच्या आत्म्याची किंचित ओबडधोबड पण अतिशय सजीव अशी प्रतिमा आहे. केशवसुतांनी मराठी काव्यक्षेत्रात ज्या क्रांतीचा हिरिरीने पुरस्कार केला व जी अंशत: घडवूनही आणली- आणि बालकवींसारखा काही काव्यगुणांत त्यांच्यापेक्षा वरचढ असलेला कवी आणि त्या क्रांतीला पुन्हा कालानुरूप नवे वळण लावण्याचा प्रयत्न करणारा मर्ढेकरांसारखा कवी निर्माण होऊनही, ज्या क्रांतीचे महत्त्व अद्यापि कमी झालेले नाही असे मला वाटते- तिचे स्वरूप खुद्द बालकवींनीच चांगल्या रितीने वर्णन केले आहे. ते म्हणतात,

'बाह्यसृष्टीचा चेतनेला धक्का लागल्याबरोबर ज्यांची प्रतिभाशक्ती कल्पनेच्या वातावरणात आपल्या मंजुळ गायनाचा झणत्कार सुरू करते व ज्या गायनाला मोहून अदृश्य शक्ती देखील आपले अमूर्त स्वरूप सोडून देऊन मूर्त रूपाला येते, असले काव्य म्हणजे खरे काव्य. त्याला यमक-प्रासांची जरुरी नाही, त्याला लठ्ठ, जाड संस्कृत शब्द नकोत, काही नको... कवितेने एका भक्तिमार्गानेच किंवा शृंगारातूनच गेले पाहिजे, अमुक यमक-प्रासांचे दागिने अंगावर चढविले पाहिजेत व अमुक वृत्तांत नाचले पाहिजे, अमुक एक तऱ्हेचे विषय घेतले पाहिजेत असे म्हणणे वेडेपणाचे आहे. ती वायुप्रमाणे स्वच्छंदी आहे आणि स्वच्छंदीपणा हेच तिचे ब्रीद होय... आधुनिक कवींनी तिला बंधनापासून बरीचशी मोकळी सोडली आहे. आता ती पूर्वीप्रमाणे पुराणे शोधीत बसत नाही; तर एखाद्या मुग्ध, मनोहर बालिकेप्रमाणे ती फुलांबरोबर खेळते, म्हातारीबरोबर उडायला धावते, प्रियकराबरोबर गुजगोष्टी करते, वातचक्राबरोबर स्वर्गात जाते.'

या विवेचनात बालकवींनी फक्त केशवसुतांच्या कवितांचाच उल्लेख केला आहे हे लक्षात घेतले, म्हणजे या काव्याचे महत्त्व निराळे सांगायला नको. केशवसुतांच्या वाचकांचे, अभ्यासकांचे आणि भक्तांचे क्षेत्र आजपर्यंत फार मर्यादित होते. पण आता स्वातंत्र्यानंतरच्या काळात शिक्षणाच्या प्रसारानंतर जो सांस्कृतिक विकास होत जाईल, त्यामुळे ते क्षेत्र नि:संशय विस्तार पावेल. त्या क्षेत्रात मराठी मनाला फुलविण्याचे, हलविण्याचे, त्याला उत्कटतेने आणि उदात्ततेने जगविण्याचे

आणि त्याच्या आत्म्याला बंधमुक्त करण्याचे कार्य केशवसुतांची कविता दीर्घकाळ करीत राहील, यात तिळमात्र शंका नाही.

कोल्हापूर
१९-८-५६

वि. स. खांडेकर

◆

१. कविता आणि कवि

वृत्तवैचित्र्य

अशी असावी कविता, फिरून
तशी नसावी कविता, म्हणून
सांगावया कोण तुम्ही कवीला
अहांत मोठे? पुसतों तुम्हाला

युवा जसा तो युवतीस मोहें
तसा कवी हा कवितेस पाहे;
तिला जसा तो करितो विनंती
तसा हिला हा करितो सुवृत्तीं

लाडीगुडी चालव लाडकीशीं
अशा तऱ्हेनें, जरि हें युव्याशीं
कोणी तसे सांगत, थोर गौरवें
कां तें तुम्ही सांगतसां कवीसवें?

करूनिया काव्य जनांत आणणें,
न मुख्य हा हेतु तदीय मी म्हणें;
करूनि तें दंग मनांत गुंगणें,
तदीय हा सुंदर हेतु मी म्हणें

सभारुची पाहुनि, अल्प-फार
रंगीं नटी नाचवि सूत्रधार;
त्याचें तयाला सुख काय होय?
तें लोकनिंदाभयही शिवाय!

नटीपरी त्या कविता तयाची
जनस्तुती जो हृदयांत याची;
पढीक तीचे परिसूनि बोल
तुम्ही कितीसे भुलुनी डुलाल?

स्वभावभूयिष्ठ जिच्यांत माधुरी,
अशी तुम्हाला कविता रुचे जरी,
कवीस सोडा कवितेबरोबरी,
न जाच वाटेस तयाचिया तरी

तयाचिया हो खिडकीचिया, उगे,
खालीं, तुम्ही जाउनि हो रहा उभे;
तिच्या तयाच्या मग गोड लीला
ऐकूनि, पावाल तुम्ही मुदाला!

■

२. प्रियेचें ध्यान

वृत्त : शिखरिणी

'उद्यां प्रात:कालीं इथुनि मजला जाण निघणें
पुण्याला जाण्याला, स्वजन सगळा सोडुनि गडे;
उद्यां एव्हां माझ्याविण वद कसें होइल तुला?
दुणे तूझेवीणे श्रम सखि! पथीं होतिल मला!'

असें मोठ्या कष्टें तुजजवळिं मी पत्नि! वदतां,
गळां, तूझे माझें, मम तव, सखे हस्त असतां,
विशालाक्षी तूझे जल भरुनियां मी न दिसुनी,
वियोगाला भावी, समजलिस तूं भूत, चुकुनी!
निशीथीं या आतां असशिल मला ध्याउनि जसें
मदाभासा स्वांगीं विहरविकलीं वेष्टित, तसें
मला शोकाने तूं समजुनि मदाभास दिधलें,
स्मरूनी तें आलिंगन, हृदय हें फारचि उले!
गमे तूतें ध्याया मज न दुसरी आकृति बरी
रतीचे वेळींच्या शिरति हृदयीं अन्यहि जरी;
म्हणूनीयां वाटे मज अनुभवें याच सखये-
सुखाहूनी दु:खा स्मरति बहुधा बद्ध हृदयें!
अहा! अंकीं माझें तुझ बघतसें मी बसलिस.
शिरा स्कंधीं माझें लववुनि गडे तूं पडलिस
वियोगाचे तर्कें रडत असतां, अश्रु सुदती!
तुझे, माझ्या वक्षीं टपटप बघें मी उतरती!
टिपाया मी त्यांते, पदर सरसावीं, परि गडे,
भिजोनी तो तूझे नयन सुकणें, हें नच घडे;
असें कां व्हावें हें न कळुनि रडें मी खळखळा,
पुसाया तैं लागे अहह! नयनां तोच मजला!

■

३. अढळ सौंदर्य

जाति : दिंडी

तोच उदयाला येत असे सूर्य
अहो क्षितिजावर त्याच नव्हे काय?
तेच त्याचे कर न का कुंकुमानें
वदन पूर्वेचें भरिति संभ्रमानें?

तेच तरु हे तैशाच पुष्पभारें
लवुनि गेले दिसतात पहा सारे!
त्याच वल्ली तैसेंच पुष्पहास्य
हंसुनि आजहि वेधिती या मनास!

कालचे जें की तेच आज पक्षी
कालच्या हो ज्या त्याच आज वृक्षीं
बसुनि गाती कालचीं तींच गानें
गमे प्रात:प्रार्थना करिति तेणें!

काल जो का आनंद मला झाला
तोच आजहि होतसे मन्मनाला;
कालचा जो मी तोच हा असें का?
अशी सहजच उद्भवे मनीं शंका

अशी सहजच उद्भवे मनी शंका
काय समजुनि समजलें तुम्हाला का?
असे अनुभव कीं- रिझवि एकदा जें
पुन्हा बहुधा नच रिझों त्याच चोजें!

पुन्हा बहुधा नच रिझों त्याच चोजें!
कसें मग हें वेधिलें चित्त माझें
आज फिरुनी या सूर्य-तरु-खगांनीं
आपुलीया नवकान्ति-पुष्प-गानीं?

म्हणुनि कथितों नि:शंक मी तुम्हांतें
असे सुंदरता अढळ जरी कोठें
तर करी ती सृष्टींत मात्र वास
पहा, मोहिल सर्वदा ती तुम्हास

■

४. दुर्मुखलेला

वृत्त : शार्दूलविक्रीडित

*(वर्गात एका शिक्षकानें मला 'दुर्मुखलेला' म्हटलें.
त्यावरून माझ्या मनात आलें, तें.)*

माझें शुष्क खरेंच हें मुख, गुरो! आहे, तया पाहुनी
जाती प्रेक्षक सर्वही विरस ते चित्तामधीं होउनी;
हें सर्वां उघडे असूनि वदूनी कां तें तुम्ही दाविलें?
तेणें भूषण कोणतें मग तुम्हां संप्राप्त तें जाहले?

'याचें तोंड कुरूप हें विधिवशात गाईल काव्यें नवीं
तेणें सर्वहि डोलतील जन हें हर्षें कदाचित भुवि!'
विद्यासंस्कृत त्या तुझ्या, क्षणभरी, मस्तिष्कतंतूंवरी
येतां नम्र विचार हा तुज भला होता किती तो तरी!

जें मुंग्या म्हणुनी मनीं समजशी या मंडळीभीतरीं,
ते पक्षी उडतील होउनि, गुरो! व्योमीं न जाणों वरी!
राखेचीं ढिपळे म्हणोनि दिसती जीं, तीं उद्यां या जगा
भस्मीसात् करणार नाहिंत, अशी तुम्ही हमी द्याल का?

माझ्या दुर्मुखल्या मुखामधुनि या, चालावयाचा पुढें
आहे सुंदर तो सदा सरसवाङ्‌निष्यंद चोहींकडे!
तुम्हीं नाहिं तरी सुतादि तुमचे धातील तो प्राशुनी!
कोणीही पुसणार नाहिं, 'कवि तो होता कसा आननीं?'

■

५. एका भारतीयाचे उद्गार

वृत्त : मंदाक्रांता

संध्याकाळीं बघुनि सगळी कांति ती पश्चिमेला
वाटे सद्य:स्थितिच अपुली मूर्त ती मन्मनाला!
'हा! हा! श्रीचा दिवस अपुल्या मावळोनी प्रतीचे
गेला! गेला!' सहज पडती शब्द हें मन्मुखाचे

तेणें माथें फिरुनि सगळें जें म्हणोनी दिसावें,
त्या त्या मध्यें स्वजनकुदशा वाचुनी मीं रडावे!
'जें जें चित्ती बहुतकरुनी तें सुषुप्तींत भासे'
वृद्धांचें हें अनवितथ हो वाक्य होईल कैसें?

प्रात:कालीं रवि वरिवरी पाहुनी चालतांना
होई मोदातिशय बहुधा सर्वदा या जनांना;
पूर्वींची तो स्थिति परि करी व्यक्त ती वाचुनीयां
एकाएकीं हृदय मम हें जातसे भंगुनीयां-

'हा जैसा का रवि चढतसे त्याप्रमाणेंच मागें
स्वोत्कर्षाचा रविहि नव्हता वाढता काय? सांगें;
जावोनी तो परि इथुनियां पश्चिमेशी रमायां
ऱ्हासाची ही निबिड रजनी पातली ना छळाया!'

वल्लींनो! हीं सुबक सुमने काय आम्हास होत?
युष्मद्गाने मधुर, खग हो! या जनां काय होत?
आम्हा डोळे नसति बघण्या पारतंत्र्यामुळें हो!
ऐकायाला श्रुतिहि नसती पारतंत्र्यामुळें हो!

आहे आम्हावर जंव निशा पारतंत्र्यांधकारे
वाहे जों का उलट कुदशेचें तसे फार वारें
सौख्याचें तोंवरि फुकट तें नांव व्हावें कशाला?
दु:खाचा तोंवरि खचित तो भोग आहे अम्हाला!

आनंदाचे समयिं मजला पारतंत्र्य स्मरून
वाटे जैसें असुख, तितुकें अन्य वेळीं गमे न!
पाहोनीयां विष जरि गमे उग्र तें आपणाते
अन्नामध्ये शतपट गमे उग्रसें पाहुनी तें!

'देवा, केव्हां परवशपणाची निशा ही सरून
स्वातंत्र्याचा द्युमणि उदया यावयाचा फिरून?
केव्हां आम्ही सुटुनि सहसा पंजरांतूनि, देवा,
राष्ट्रत्वाला फिरुनि अमुचा देश येईल केव्हां?'

■

६. एक खेडें

जाति : दिंडी

सह्यगिरिच्या पायथ्याला सुपीक
रम्य खोरें कोकणामधीं एक;
नदी त्यामधुनी एक वाहताहे
एक खेडें तीवरी वसुनि राहे

वरुनि सुंदर मंदिरें न त्या ठायीं
परी साधीं झोंपडीं तिथें पाहीं
मंदिरांतुनि नांदते रोगराई
झोपड्यांतुनि रोग तो कुठुनि राही?

रोग आहे हा बडा कीं मिजासी
त्यास गिर्द्यांवरि हवें पडायासी!
झोपड्यांतिल घोंगड्यांवरी त्यास
पडुनि असणें कोठलें सोसण्यास?

उंच नाहिंत देवळें मुळीं तेथे
परी डोंगर आहेत मोठमोठे
देवळीं त्या देवास बळें आणा
परी राही तो सृष्टिमधें राणा

उंच डोंगर ते, उंच कडे भारी
पडे धो! धो! ज्यांचियावरुनि वारी
भोंवतालें रान ते दाट आहे
अशा ठायीं देव तो स्वयें राहे!

स्तोत्र ओढे थांबल्यावीण गाती
सूर वारे आपुला नित्य देती
वृक्षगण तो हालुनी डुल्लताहे
अशा भक्तीच्या स्थळीं देव राहे

अशी नैसर्गिक भव्यता उदास
तया खेड्याच्या असे आसपास;
तसा खेड्याचा थाट तोहि साधा
भव्यतेला त्या करितसे न बाधा

सरळ साधेंपण असे निसर्गाचें
मूल आवडतें; केविं तें तयाचें
भव्यतेला आणील बरें बाधा?
निसर्गाचा थाटही असे साधा

लहान्या त्या गांवांत झोपड्यांत
भले कुणबी लोक ते राहतात;
खपोनीयां ते सदा सुखें शेतीं
सरळ अपुला संसार चालवीती

अहा! अज्ञात स्थळीं अशा, मातें
एक गवतारू खोप रहायातें,
शेतवाडी एक ती खपायाला
लाधती, तर किती सौख्य मन्मनाला!

तरी नसतों मी दरिद्री धनानें
तरी नसतों मी क्षुद्र शिक्षणानें
तरी होतीं तीं स्वर्गसुखें थोडीं
तरी नसती कीर्तिची मला चाडी!

कीर्ति म्हणजे काय, हो?- एक शिंग :
प्रिय प्राणांहीं आपुलिया फुंक
रखाडीला जा मिळूनियां वेगें
शिंगनादहि जाईल मरुनि मागें!

कीर्ति म्हणजे काय, रे?- एक पीस :
शिरीं लोकांच्या त्यास चढायास
छरे पडती पक्ष्यास खाववयास;
मागुनी तें गळणार हेंहि खास!

पुढें माझें चालेल कसें, ऐशी
तेथ चिंता त्रासिती न चित्तासी;
नीच लोकांला मला नमायास
वेळ पडती थोडीच त्या स्थळास!

शेत नांगरणें, पेरणें सुखानें
फूलझाडें वाडींत शोभवीणें
गुरें ढोरें मी बाळगुनी काहीं
दूधदुभतें ठेवितों घरीं पाहीं

कधीं येतां पाहुणा जर घराला
'तुझें घर हें' वदतोच मी तयाला
गोष्टि त्याच्या दूरच्या ऐकुनीयां
थक्क होतों मी मनीं तया ठाया

'असे जग तें एवढें का अफाट?
त्यात इतुका का असे थाटमाट?'
असें वदतों मी त्यास विस्मयेंसी
स्वस्थिती तरि तुळितों न मी जगाशीं

स्वर्गलोकीं संपत्ति फार आहे
इथें तीचा कोट्यंश तोहि नोहे
म्हणुनि दुःखानें म्हणत 'हाय! हाय'
भ्रमण अपुलें टाकिते धरा काय?

तरी, स्वपथा जातात सोडुनीयां
कुणी तारे तेजस्वी फार व्हाया;
तधीं तेजाचा लोळ दिसे साचा
परी अग्नी तो त्यांचिया चितेचा!

वीरविजयांच्या दिव्य वर्तमानी
कृष्ण कदनें पाहतों न त्या स्थानीं;
भास्कराच्या तेजाळपणीं मातें
डाग काळे दिसतें न मुळीं तेथें!

सूर्यचंद्रादिक दूर इथुनि तारे
तसें जग हें मानितों अलग सारें
जसें नेच्छूं त्यावरी चढायास
इच्छितों नच या जगीं यावयास!

तेथ गरजा माझिया लहान्या त्या
सहजगत्या भागुनी सदा जात्या;
म्हणुनि माझें जग असें तेंचि खोरें
सुखी मजला राखितें चिर अहा, रे!

■

७. गांवीं गेलेल्या मित्राची खोली लागलेली पाहून

जाति : वंशमणी

येथें होता रहात माझा स्नेही,
स्नेह्यांसाठीं जो या लोकीं राहीं
पाशांला जो तोडायाला पाहीं
स्वदेशपाशीं अपणा बांधुनि घेई

पाशांविण या कोठे कांहीं नाहीं
पाशांकरिता चाले अवघें कांहीं
पाशांतुनि या सुटतां सुंदर तारे
तेज तयांचें विझूनि जाई सारें

चंद्रानें या सदैव पृथ्वीपाशीं
राहुनीच कां सेवावें सूर्याशीं?
शक्त जरी का असेल तो, तरी त्यानें
सेवावा रवि खुशाल निजतंत्रानें!

सोडी पत्नीपाशाची तो आस
स्वदेशसेवेकरितां घाली कास
तो मत्सख निज गांवीं गेला आहे
खोलीला या कुलूप लटकुनि राहे

येथें गोष्टी आम्ही करीत होतों
होतों, विद्याभ्यासहि करीत होतों
मित्रत्वाचे बीज पेरुनी खासें
मैत्रीवल्ली वाढविली सहवासें

देशाविषयीं गोष्टी बोलत येथें
बसलों, विसरुनि कितीकदा निद्रेतें
श्वासीं अमुचे श्वास मिळाले, तेव्हां
अश्रुंमध्ये अश्रु गळाले तेव्हा

ऐसें असतां, पहाट भूपाळ्यांला
पक्षिमुखांहीं लागियली गायाला
हवा चालली मंद मंद ती गार
प्रभाप्रभावें वितळे तो अंधार

तेव्हां आम्हीं म्हटलें- 'ही ऱ्हासाची
रजनी केव्हां जाईल विरुनि साची?
स्वतंत्रतेची पहांट ती येईल
उत्कर्षाचा दिन केव्हां सुचवील?'

या डोळ्यांनी पहांट ती बघण्याचें
असेल का, हो, नशिबीं दुर्दैव्यांचे
किंवा तीतें आणायचे कांहीं,
यत्न आमुच्या होतिल काय करांही?

तुझी बघुनि ही, मित्रा, खोली बंद
विरहाग्नीनें भाजे चेत:कंद
पुनरपि आपण येथें भेटूं, ऐशी
आशा होई जलधारा मग त्यासी

■

८. मुळामुठेच्या तीरावर

जाति : हरिभगिनी

तो :

‘मुळामुठेच्या हिरव्या सुंदर या तीरांवर, खिन्न अशी,
इकडे तिकडे स्फुंदत, सुंदरि! वद मजला तूं कां फिरशी?
क्षण पाण्यावर काय पाहसी! काय अशी मूर्च्छित पडसी!
पुनरपि उठुनी वक्षस्थळ, गे, काय असें बडवुनि घेसी!
बससी-पडसी-उठसी! क्षणभर वस्तीवर दृष्टी देसी
वस्त्र फाडिसी! दुःखावेगें केशहि तोडुनियां घेसी!
हिंडत हिंडत सुटल्या केशीं फुलें गुंफिसी वनांतलीं
तीरीं जाउनि त्यांचा अंजलि सोडुन देसी रडत जलीं!
काय असा तर घाला तुजवर पडला, मजला वद, बाले
जेणेंकरुनी स्थल हें तुजला रम्य असुनि शून्यचि झालें!’

ती :

‘रम्य तुझें हें तीर आणि हें पात्रहि होतें, मुळामुठे!
रमणीयपणा पण तो आतां गेला, सरिते! सांग कुठें?’

तो :

‘मुळामुठा ही आतां सुद्धां रम्य असे, गे, पहा पहा!
सुंदरिच्या पण नेत्रजलांनो! क्षणभर तुम्हीं रहा रहा!’

ती :

‘नाहीं! माझ्या नेत्रजलांनो! अखंड येथें वहा वहा!
रमणीयपणा परलोकीं मग, मन्नेत्रांनो! पहा पहा!’

तो :

‘रमणीयपणा, मनोहारिणी! या लोकांतचि अजुनि असे
तुझ्याबरोबर तो जाइल, कीं काय, असें भय वाटतसे!’

ती :

‘रमणीयपणा, स्वयें मूर्तिमान मत्प्रियकर होता होता!

नेला! नेला! तो या नदिनें हाय हाय! आतां आतां!
तीरांवरि या तुझ्या एकदां दिसला जो, गे मुळामुठे!
रमणीयपणा हाय हाय! तो न दिसे आतां मुळीं कुठें!'

तो :

'डोळे पुसुनी चल, गे सुंदरि! पैल माझिया गांवाला
संमति अपुली दे मजला तूं राणी माझी व्हायाला!
घरचा मोठा, लष्करांतही अधिकारी, गे, मी मोठा
दास आणि दासींचा, सजणे! तुजला नाहीं, गे, तोटा!
सवाशेर सोन्यानें, रमणी! तुजला मढवुनि काढिन मी
पाणिदार त्या सवाशेर, गे, मोत्यांनीं तुज गुंफिन मीं!'

ती :

'सोनें मोतीं प्रिय मज होतीं, किंवा होतीं वन्य फुलें
तें, मन्नाथा! लग्नाआधीं तुला समजलें कशामुळें?
उद्यां आमुचें लग्न जाहलें असतें- मग आम्ही दोघें
या तीरांवर फिरलों असतों वन्यसुमें शोधित संगें!
तुम्हीं लवविल्या फांद्यांचीं मीं फुलें, गडे, असतीं खुडिलीं
त्यांची जाळी माझ्या अलकीं असती तुम्हीं गुम्फियली!
न कळे कैसें तुम्हांस कळलें आवडती मज वन्य फुलें
म्हणुनी येथें आलां त्यांला जमवाया मत्प्रीतिमुळें!
येथें आलां, तर आलां! पण त्या दरडीवर कां चढलां?
माझ्याकरिता पुष्पें खुडितां अहह! घसरुनी मज मुकलां!
आलें! आलें! मीहि जिवलगा! त्याच तरी या मार्गानें'
असें वदुनि ती चढूनि गेली त्या दरडीवर वेगानें!
तिनें जवळचीं फुलें तेथलीं बरींच भरभर हो खुडिलीं
आणि सख्याच्या नांवें डोहीं खालीं सोडुनियां दिधलीं!
दिव्य अप्सरा भासुनि ती, नर तो विस्मरला भानाला
पण फार पुढें बघुनि वांकली, धांवुनि जवळीं तो गेला!
पण...! मित्रांनो! पुढें कवीला कांहीं न सुचे सांगाया
तुम्हिच विचारा मुळामुठेला, जाल हवा जेव्हां खाया!

■

९. गोष्टी घराकडिल मी वदतां, गड्या रे

वृत्त : वसंततिलका

गोष्टी घराकडिल मी वदतां, गड्या रे
झालें पहा कितिक हें विपरीत सारें!
आहें घरासचि असें गमतें मनास
ह्या येथल्या सकळ वस्तु उगीच भास!

ही देख म्हैस पडवीमधिं बांधलेली
रोमंथभाग हळु चावित बैसलेली;
मित्रा, गजांमधुनि या पडवीचिया, रे
मौजा पहा क्षणभरी रजनीचिया, रे!

डोळ्यांत बोट जरि घालुनि पाहशील
अंधार तो अधिकची तुजला दिसेल!
अंधार-जो फलक होत असे अम्हास
चेतोनिबद्धजनचित्र लिहावयास!

आवाज 'किर्र' रजनी वदतेच आहे
'घों घों' असा पवन नादहि बोलताहे
ऐकें पलीकडुनि बेडुक शेतभातीं
पर्जन्यसूक्त सगळे मनसोक्त गाती!

ही चारपांच चढुनि हळु पायठाणें
या ओसरीवर अतां जपुनीच येणें!
हें ऐक, रे, 'टकटका' करितें घड्याळ
या शांततेंत गमतें कुटितेंच टाळ

डावीस हा बघ निरेखुनि एक माचा
निद्रिस्त त्यावरि पिता अतिपूज्य माझा;
त्याचा खरोखर न मी क्षण पुत्र शोभें!
तो सर्वदा जरि म्हणे मज पुत्र लोभें!

तातास या बघुनि या हृदयांत खातें
होऊन हें हृदय विव्हळ सर्व जातें!
त्याच्या तरी पदयुगावरी या पडूनी
न्हाणूं तयास मग का वद आंसवांनी?

ताताचिया बघ, गड्या, उजवे कडेला
बापू असे तिथ बरें अमुचा निजेला
अज्ञान तो चपलधी परि बाल आहे
त्याचेविशीं मम मनीं अतिलोभ राहे

बापू! गड्या! ध्वज उभा करशील काय?
तूं देशकारण करूं झटशील काय?
बापू! जनांत दिवटी धरशील काय?
स्वातंत्र्यदेव मनसा भजशील काय?

मित्रा! धरीं सुदृढ हस्त मदीय फार
दारास आडसर घट्ट असेल थोर
दाराचिया तर फटीतुन आंत जाऊं
सानंद सुस्थित घरांतिल सर्व गाऊं!

मित्रा! इथें कितितरी मज हर्ष होई
येथें हवा मधुर, निःश्वसनांत येई
नाहीं कधींहि बुधवारवनांत जैशी
वाटेवरी चतरशिंगिचिया न तैशी!

मित्रा! असा हळुच ये उजवे कडेस
खोली पहा पघळ ही किति ऐसपैस
निद्रावश स्वजन येथ, बघूनि यास
हर्षाचिया न उकळ्या फुटती कुणास?

ती एक खाट अवलोक समोर आतां
आहे सुषुप्तिवश तेथे मदीय माता
तीचे कुशींत निजली दिसते मदीय
भीमा स्वसा, बघुनि ती मज हर्ष होय

खालीं मदीय भगिनी दिसती निजेल्या,
गोष्टी जयांस कथितां न पुऱ्याच झाल्या!
ती कोण दूर दिसते? निजली असूनी
जी श्वास टाकित असे मधुनीमधूनी!

मत्कारणें स्तवुनि देव, निजावयातें
आलीस तूं खचित, गे, असशील, माते!
मोठे त्वदीय उपकार, जरा जरी ते
जातील का फिटुनिया तव पुत्रहस्तें?

कान्ताच ही मम! अहा! सखये! मदीय
स्वप्नें अतां तुज, गडे! दिसतात काय?
आतां असो, पण पुढें तुजला दिसेन
स्वप्नें तुझीं मग समग्र तुला पुसेन!

मागील दारिं, सखया! तुळशीस आतां
वंदूं, जिला मम जनीं नमिला स्वमाथा
सोडूनि गांव वळणें अमुच्या घराचें
येऊं घरा परत खासगिवालियाचे!

■

१०. आगबोटीच्या काठाशीं समुद्राच्या शोभेकडे पहात उभ्या राहिलेल्या एका तरुणीस

वृत्त: शिखरिणी

अहा! गे, सृष्टीच्या वरतनु सुते! निर्भयपणें
पहा अब्धीच्या या तरल लहरींचें उसळणें!
मनोराज्यीं जैशा विविध ह्रदयीं क्लृप्ति उठती
तशा ना अब्धीच्या तरल लहरी या विलसती?

'मनोराज्याला या बघ जलधिच्या, फार विरळे!'
कशाला हें तूतें फुकट म्हटलें मी? नच कळे!
स्वयें अब्धीला तूं बघत असतां पाहुनि, मुळीं
'सुता तूं सृष्टीची' मम ह्रदयिं ही मूर्ति ठसली

निसर्गोद्यानींचे अमृतलतिके! केंवि दिसती?
कशा या सिंधूच्या चपल लहरी, गे, उगवती?
जशा कांहीं नाड्यां अनवरत देहांत उडती
तशा ना सिंधूच्या चपल लहरी या उचलती?

कसा, गे, अस्ताला द्युतिपति अहा! हा उतरतो?
कसा या दिग्भागीं सदरुणपणा हा पसरतो?
जणो, सोडोनीयां धरणिवनिता ही, दिनमणि
विदेशाला जातो, प्रकट करितो राग, म्हणुनी!

पहा आकाशीं, गे, सुभग तरुणी, या दिनकर-
प्रभेच्या लालीनें खुलत असती हें जलधर!
जसें क्रीडाशैल त्रिदशललनांचे तळपती!
जशीं केलिद्वीपें अमरमिथुनांचीं चमकती

जिथे सौंदर्याची तरुणि! परमा कोटि विलसे
जिथे आनंदाची अनपकृत ती पूर्तिहि वसे
आशा या आकाशोदधिमधिल या द्वीपनिचयीं

रहायाचें तूझ्या अभिमत असे काय हृदयीं?

मलाही या पृथ्वीवरिल गमतें, गे, जड जिणें!
इथें या दुःखाचें सतत मनुजांला दडपणें!
इथें न्यायस्थानीं अनय उघडा स्वैर फिरतो!
नरालागीं येथें नरच चरणांहीं तुडवितो!

म्हणोनी, आकाशोदधिमधिल त्या द्वीपनिचया
निघाया, टाकूं या प्लुति अनलनौकेवरुनि या!
शरीरें- जीं दुःखप्रभव- मग तीं जातिल जलीं!
सखे! स्वात्मे द्वीपें चढतिल पहाया वर भलीं!

अशुद्ध स्वार्थें जीं नयनसलिलें मानुष सदा
शिवायाचीं देहां मग अपुलिया नाहिंत कदा!
जलस्था त्या देवी; फणिपतिसुता सुंदरमुखी
स्वबाष्पें या देहांवरि हळुहळु ढाळितिल कीं!

प्रवालांच्या शय्ये निजवितील त्या देवि अपणा
प्रवालांला ज्या हा त्वदधर, गडे! जिंकिल पण;
तशी मोत्यांची त्या पसरितिल, गे, चादर वरी
सरी ज्या मोत्यांना न तव रदनांची अणुभरी!

कदाचित, त्या देवी आणि फणिमणींच्या पण मुली,
सजीव प्रेतें तीं करितिल, गडे! दिव्य अपुलीं!
पयोदेवी तेव्हां विचरशिल तूं सागरतलीं
तुझेसंगें मीही विचरिन पयोदेव कुशली!

समुद्राच्या पृष्ठीं, सखि! बघत बालार्कसुषमा
उषीं बैसूं, त्याच्या अनुभवित मंदोष्ण तिरमा!
धरूं दोघें वस्त्रा, जवपवन कोंडूं अडवुनी
शिडाच्या योगें त्या फडकत सरूं सिंधुवरुनी

कधी लीलेनें तूं बसशिल चलद्देवझषकीं
फवारे तो जेव्हां उडविल जलाचे मग, सखी,
तधीं दावायाला तुजसि मघवा प्रेम अपुलें
स्वचापाचें तूझेवरि धरिल, गे, तोरण भलें!

कधीं कोणी राष्ट्र प्रबल, दुसऱ्याला बुडविण्या
जहाजें मोठालीं करिल जरि, गे, सज्ज लढण्या!
तरी, सांगोनीयां प्रवर वरुणाला, खवळवूं
समुद्रा, तेणें त्या सकळा खलनौका चुथडवूं!

गुलामां आणाया निघतिल कुणी दुष्ट नर ते
तरी त्यांचीं फोडूं अचुक खडकीं तीं गलबतें!
नरांलागीं त्या, गे, त्वरित अधमां ओढुनि करीं
समुद्राच्या खालीं दडपुनि भरूं नक्रविवरीं!

■

११. अंत्यजाच्या मुलाचा पहिला प्रश्न

वृत्त : भुजंगप्रयात

मुलें अंत्यजांचीं बिचारीं मजेनें
पथाच्या, अहो, खेळताती कडेने;
दुरूनी तिथें विप्र डौलांत आला
वदे काय तो मुग्ध त्या बालकांला :

'सरा, रे, दुरी पोर, हो, म्हारड्यांचे!
चला! खेळ हें मांडले डोंबलाचे!
निघा! वाट द्या लौकरी ब्राह्मणातें!'
पळाली मुलें; कोण राहील तेथें?

परी एक त्यांतील तैसाचि ठेला
उगारी तधीं दुष्ट तो यष्टिकेला
म्हणे, 'गाढवा! सांवली ना पडेल!
दुरी हो! पहा हाच खाऊ मिळेल!'

तधीं बाळ तोही घराला निघाला,
मनीं आपुल्या या करी चिंतनाला :
'जरी त्यावरी सांवली माझि गेली
तरी काय बाधा असे ठेविलेली?'

घरीं जाउनी तेंचि मातें विचारी
वदे तेधवां त्यासि माता बिचारी,
'अम्ही नीच, बा, आणि तें लोक थोर!
तया पाहतां होइजे नित्य दूर!'

सुधें बोलली! हें परी काय तीतें
कळे कीं जगीं नाडुनीया परांतें,
म्हणूनी करूनी अधी घोर पाप,
जनीं गाजवी मानवी स्वप्रताप!

■

१२. प्रीति

मात्रा : जाति : मुख्यतः बालानंद.

(गीतरचनेचा प्रयोग. त्यामुळे अनेक स्थळी लहान-मोठ्या चरणांची योजना.)

प्रीति मिळेल का, हो, बाजारीं?
प्रीति मिळेल का, हो, शेजारीं?
प्रीति मिळेल का, हो, बागांत?
प्रीति मिळेल का, हो, शेतांत?
प्रीतिची नसे अशि, ग, मात
पहा शोधुनी हृदयांत!

नंदनवनामधीं आला
कल्पलतेला बहर भला;
तिचीं हृदयिं बीजें पडलीं
प्रीति त्यांतुनी अवतरली!
प्रीतिची असे अशि, ग, मात;
पहा आपुल्या हृदयांत!

प्रेमळ कृत्यांची माळ
प्रियजनकंठीं तूं घाल
द्विगुणित मग तो प्रीति तुला
देइल, न धरीं शंकेला
प्रीतिचा असा असे, ग, सौदा :
प्रीतिनें प्रीती संपादा!

हृदयीं आलिंगन पहिलें
चुंबन मुखकमलीं वहिलें
आणिक रुचतिल तें चार
प्रीतिला होती उपचार!
प्रीति वाढली, गडे ग, सतत
पहा तूं प्रियजनहृदयांत!
प्रीति असेल का, ग, बाजारीं?
वेडे! प्रीति मिळेल का, ग शेजारीं?

■

१३. मजुरावर उपासमारीची पाळी

वृत्त : इंद्रवंशा

धारेवरी जावुनि देव पोंचला
हा रंगही मावळतेस साजला
सर्वत्र ही मौज पहा! दिसे; परी
माझ्याच कां दुःख भरे बरें उरीं?

साऱ्या दिनीं आजचिया नसे मुळीं
हातास माझ्या कवडीहि लाभली!
पोटा, करोनी मजुरीस, मीं भरीं
कोणीं दिलें आज न काम हो, परी!

हीं मंदिरें हो खुलतात चांगलीं;
माझ्या वडीलींच न काय बांधिलीं?
मी मात्र, हो, आज मरें भुकेमुळें
श्रीमंत हें नाचति मंदिरीं भले!

हेवा तयांचा मजला मुळीं नसे
जाडी मला भाकरी ती पुरे असे;
कष्टांत, देवा! मरण्यास तत्पर
कां मारिसी हाय! भुकेमुळें तर?

सर्वांस, देवा! बघतोसि सारखा
होतोस कां, रे, गरिबांस पारखा?
कांहींस सुग्रास सदन्न तूं दिलें
साधी अम्हां भाकरही न कां मिळे?

घेवोनि चारा अपुल्या पिलांप्रती
जाती अहा! पक्षि सुखी घरीं किती
बाळांस हें दावुनि कारभारिण
कैसें तयां देत असेल सांगुन?

'पक्षी जसें हें घरट्यास चालती
घेवोनि चारा अपुल्या पिलांप्रती
घेवोनि अन्ना, तुमचा तसा पिता
येईल तो लौकरि, हो, रडूं नका!'

हें लाडके! आणिक लाडक्यांनो!
दावूं तुम्हां तोंड कसें फिरोन?
जन्मास मी काय म्हणोनि आलों?
येतांच वा कां न मरोनि गेलों?

■

१४. विकसन

(पहिला श्लोक वसंततिलका वृत्तांत व दुसरा शार्दूलविक्रीडित वृत्तांत आहे.)

कंपायमान कलिका सुकुमार झाली
स्वेदें तदीय तनु चिंब भिजोनि गेली
भेणें तिनें मुरकुनी शिर नम्र केलें
बाष्पीय बिंदुहि अहा! सहसा गळाले!

'हा वेडे!, फुलण्यास लाज इतुकी कां अंतरीं पावसी?
हास्या दावुनि, सिद्धही रसिक तो जिंकावया, हो, कशी!'
ऐसें पालक देव एक तिजला आश्वासुनी बोलला
तेव्हां ती फुलली; रसज्ञ जनही सौख्यांत हा पोहला!

■

१५. समृद्धि आणि प्रीति

वृत्त : शार्दूलविक्रीडित

एक दुसऱ्यास म्हणतो :

आहे द्वीप एक, सखया, त्या दक्षिणेच्या दिशे
लंकेचें अजुनी भलें शकल तें राहूनि तेथें असे
शोभे तें दिवसां सरित्पतिवरी, तेव्हा गमे इंदिरा
वैकुंठाहुनि पातली अपुलिया ताताचिया ही घरा!

तेथें कांचनमंदिरें तळपती संपत्तिनें कोंदलीं
उद्यानें जणु काय नन्दनवनें स्वर्गाहुनी आणिलीं
सारे भोग सदैव सिद्ध असती संगीतवाद्यादि तें
तेथें जाइल आयु साच मजला स्वप्नापरी वाटतें!

येतें का तुझिया मनांत वसुनी भोगां तिथे भोगणें?
आधीं हें चुकलों; परंतु तुजला सांगावया सांगणें,
कीं येथें न शके कुणी पुरुष तो स्त्री आणण्याला कदा
सीताशाप असे अलंघ्य असला द्वीपावरी त्या सदा!

दुसरा पहिल्यास :

सीताशाप जरी मुळींच नसता त्या द्वीपखंडावरी
न्यायाला मजला जरी गवसती तेथें सखी अंतुरी,
येतों मी न तरीहि तेथिल सुखें तीं भोगण्या आयतीं
जीं प्रीतीस मला गमे ढकलती शाब्दावशेषाप्रती!

सीताशाप परंतु त्यावरि असे दुर्लंघ्य आतां तर
तेव्हा पौरुषपूर्ण कोण असला राहील तेथें नर?
आम्हांला रुचतीं न तीं श्रमफलें कान्ते दिल्यावांचुनी,
तेथें सेविल कोण अश्रमफलें तीं एकला राहुनी?

तूं माझ्याकरितां तरी हुडकुनी तें द्वीप, रे, काढणें
जेथें रान भयाण, फार असती कांटे कडे वाकणें

जेथें वन्य पशू सदा डिरकती, हिंसा जयांना प्रिया
तेथें घेउनियां प्रिया मग मला आज्ञा करीं जावया!

कांटे झाडिन मी, पशु वधिन मी, किल्ला तिला बांधिन
मी तीतें सुख व्हावयास अपुले हें प्राणही टाकिन!
बांधूं आम्हि परस्परांप्रत लताजालीं सुखानें गळीं
स्वर्गाला निरयामधूनि पहिल्या काढूं अम्ही त्या स्थळीं!

■

१६. प्रत

जाति : दिंडी

सिद्ध झालों मी दूर जावयाला
कंठ तेव्हां तव फार भरुनि आला
मला म्हटलें तूं गद्‌गद् स्वरानें
'खुशालीचें तें वृत्त लिहित जाणें!'

'लिहिन' म्हटलें मीं तुला आश्वसाया
पुढिल केला मीं मुळीं नच विचार
करीं घेतां परि पत्र हें लिहाया
खुशालीचें क्षीणत्व दिसे फार!

लोचनांला या होसि तूं प्रकाश,
मदीयात्म्याचा तूंच, गे, विकास,
नाडि माझी तव करीं वाहताहे,
हृदय माझें तव उरीं हालताहे!

करा अपुल्या तूं पहा चांचपून!
उरा आपुलिया पहा तपासून;
प्रकृति माझीही तिथें तुज कळेल,
विकृति माझी तुज तिथें आढळेल!

■

१७. भृंग

जाति : बालानंद

(शेवटचा श्लोक वसंततिलका वृत्तांत आहे.)

भृंगा! दंग अहा! होसी,
गुंगत धांव वनीं घेसी
तुजमागुनी वाटे यावें
गोड फुलें चुंबित गावें!

रवि येत असे उदयातें
अरुणतेज विलसत दिसतें;
तरी तिमिर हें विरल असे
धुकें भरुनि न स्पष्ट दिसे

कविच्या हृदयीं उज्ज्वलता
आणिक मिळती अंधुकता;
तीच स्थिति ही भासतसे
सृष्टी कवयित्रीच दिसे

तिच्या कल्पना या गमती
कलिका येथें ज्या फुलती
सुगंध यांतुनि जो झुकतो
रस त्यांतिल तो पाझरतो

भृंगा! आणि तुझें गान
सृष्टीचें गमतें कवन!
गा! तू, गा! नादी भ्रमरा!
मी गणमात्रा जुळणारा!

शुक पंजरबंधीं घालूं
त्या पढवूं नरवाग् बोलूं
श्रुतिवैचित्र्या बघणारे
आम्ही मात्रा जुळणारे!

'कवि' आम्हांलागुनि म्हणणें
कविशब्दार्था लोळवणें!
अस्मद्‌गान नव्हे 'गान'
तें गाना चिंध्यादान!

परंतु, भृंगा! तव गान
परमानंदें परिपूर्ण!
उदासीन ही जगाविशीं
तव तन्मयता सृष्टीशीं!

अस्मदीय हृदयीं ठरलें
कीं जग हें दुःखें भरलें!
म्हणुनी सुंदरतेलाही
कुसें अम्हां दिसती पाहीं!

परि तव गानांतून, अले!
थबथबला हा भाव गळे :
'गुङ् गुङ् गुङ् गुङ्! भान नसे!
सृष्टि अहा गुङ्! मधुर असे!

'दुःख-वदा तें केंवि असे?
अश्रू, तें, हो, काय? कसें?
फुलें फुलति, परिमल सुटती
रस गळती-गुङ् सौख्य किती!'

जाइ, जुई, मोगरी भली
कमलिनीहि सुंदर फुलली,
मधु यांचा सेवुनि गोड
पुरवीं तूं अपुलें कोड!

प्रीति, चारुता, आनंद
यांचे गा मधुरच्छंद;
प्रीति, चारुता, आनंद
सिंचिति सृष्टीचा कंद!

वरुनि नभांतुनि चंडोल
ओतीतसे हेचि बोल
खालीं तव गुंजारव हा
प्रतिपादितसे तेंचि अहा!

(वसंततिलका)
होईल का रसिकता तव लब्ध मातें?
गुंगी मिळेल मजला तव केधवां ते?
येतें मनांत तुझियासम भृंग व्हावें
वेलींमधूनि कलिकांवरुनी झुकावें!

■

१८. माझा अंत

वृत्तवैचित्र्य

मीं पाहिली एक सुरम्य बाला
वर्णूं कसा त्या स्मरसंपदेला?
वृक्षावरी वीज जधीं पडावी
त्याच्या स्थितींतचि तिची महती पहावी!

माझी अवस्था बघुनीच तीचें
सौंदर्य सोपें अजमावयाचें!
वस्ताद जी चीज जगीं असावी,
तिचें स्वरूप सगळे परिणाम दावी!

सौंदर्य पुष्पासम वर्णितात
झालें मला कंटकसे प्रतीत
सौंदर्य मानोत सुधानिधान
तें जाहलें मज परंतु विषासमान!

नेत्रें क्षणीं तारवटून गेलीं
अंगें ज्वरीं त्या परतंत्र झालीं
झालों तिला मी बघतां भ्रमिष्ट
शुद्धी सवेंचि मग होय अहा! विनष्ट!

माझा असा अंत, अहो, जहाला
'कोठूनियां हा मग येथ आला?'
ऐसा तुम्हां संशय येतसे का?
मी भूत हें मम असे, नच यांत शंका!

■

१९. सृष्टि, तत्त्व आणि दिव्यदृष्टि

वृत्त : शार्दूलविक्रीडित

तारा निष्प्रभ जाहल्या निजपथीं, प्राची दिशा रंगली
गायाला खग लागले, मधुर निःश्वासूं फुलें लागलीं
प्रावारून उषा तुषारपटला सूर्यप्रतीक्षा करी;
होतों पाहत डोंगरीवरि उभा मोहूनि मी अंतरीं!

'पश्यात्रास्मि' म्हणोनि एक घुमला गंभीर तेथे ध्वनी
'भोः कुत्रासि?' विचारिलें निजमुखें तेव्हां तयालागुनी
'कुत्राप्यस्मि च सर्ववस्तुषु' असे ये तेधवां उत्तर
तें ऐकूनि जरा करीत मनना मी ठाकलों नंतर

धोंडा एक समीप हो पडुनिया होता तिथें, त्यावरी
गेली दृष्टि मदीय, कौतुक तधीं झालें मनाभीतरीं
कां कीं त्या ध्वनिचें खरेपण मला धोंड्यांत त्या भासलें
काढूं बाहिर तें झटूनि, मग हें चित्तांत मी घेतलें

टांकीचे, म्हणुनी, तयावरि मियां आघात जों वोपिले
तों सांगूं म्हणुनी किती मज तधीं आश्चर्य जें जाहलें!
मूर्ती दिव्य अशी अहा! उतरली धोंड्यामधूनी भली!
माझी दृष्टि असे अलौकिक, मला जाणीव ही जाहली!

■

२०. स्वर्ग, पृथ्वी आणि मनुष्य

वृत्त : शार्दूलविक्रीडित

आरंभीं, म्हणजे मनुष्य नव्हता तेव्हां, क्षितीपासुनी
होता स्वर्ग न फार दूर, अपुल्या कांतिप्रसन्नेक्षणीं
तो पृथ्वीप्रत सौख्य नित्य वितरी, तेव्हां पुढें त्यावरी
गेली प्रीति जडूनि गंधवतिचे चित्तांत भारी खरी

निर्मीला नर नंतर स्वतनुच्या तीने मळीपासुनी
इच्छा आपुलिया धरुनि हृदयीं ही : गायनें गाउनी
स्वर्गा आळवुनी नरें सुकुशलें मोहूनियां टाकिजे,
स्वर्गें येउनि खालतीं मग तिशीं प्रेमें सदा राहिजे!

या दुष्टें, पण, मानवें स्वजननी पृथ्वीस ताडूनियां
लाथेनें, अपुल्यां मनीं अवथिलें स्वर्गावरी जावया;
ती पाहुनि कृतघ्नता निजमनीं तो स्वर्ग जो कोपला
आवेशांत उडूनि दूरवर तो जाता तधीं जाहला

तेव्हांपासुनि ही धरा झुरतसे! मातें! चुकी जाहली!
स्वर्गा! तूंहि अम्हां क्षमस्व सदया! ये खालता भूतलीं
ये बा! आणिक या धरेस अगदीं देऊं नको अंतर
आहे तूजवरी तसेंच बसलें स्वर्गा! तिचें अंतर

■

२१. सिंहावलोकन

वृत्त : पृथ्वी

मुखा फिरवुनी, जरा वळुनि पाहतां मागुती
कितीक हृदयें वदा चरकल्याविणें राहती?
'नको वळुनि पाहणें!' म्हणुनि दृग् जरी आंवरूं
धुकें पुढिल जाणुनी मन न घे तसेंही करूं!

प्रदेश किति मागुतें रुचिर तें बरें टाकिलें,
कितीक तटिनीतटें श्रम जिथे अम्ही वारिले;
किती स्मृतिस धन्यतास्पद वनस्थली राहिल्या,
जिथें धवलिता निशा प्रियजनांसवें भोगिल्या!

सुखें न मिळतील तीं फिरुनि! तीं जरी लाविती!
मनास चटका, तरी नयन त्यांवरी लोभती;
परंतु हृदयास जें त्वरित जाउनी झोंबती
प्रमाद दिसतां असे, नयन हें मिटूं पाहती!

किती घसरलों! किती चुकुनि शब्द तें बोललों!
करूनि भलतें किती पतित हंत! हें जाहलों!
स्वयें बहकुनी उगा स्वजनमानसें टोंचिलीं!
वृथा स्वजनलोचनीं अहह! आंसवें आणिलीं!

चुकोनि! घडलें चुको! परि, 'असें नव्हे हें बरें'
वदूनिहि कितीकदा निजकरेंचि केलें बरें!
म्हणूनिच अम्हांपुढे घनतमिस्र सारें दिसे
पुढें उचलण्या पदा धृति मुळींहि आम्हा नसे!

'चुकी भरुनि काढणें फिरुनि, हें घडेना कधीं'
विनिष्ठुर असें भरे प्रकट तत्त्व चित्तामधीं!
म्हणूनि अनिवार हें नयनवारि जें वाहतें,
असे अहह! शक्त का कवणही टिपायास तें?

■

२२. दिव्य ठिणगी

वृत्त :शार्दूलविक्रीडित

या लोकीं बघुनी कभिन्न सगळा अंधार कोंदाटला
सारावा दुरि तो जरा तरि, असा हेतू मनें घेतला
स्फूर्तीचें अवलंबुनी म्हणुनिया मी यान तें उद्धर,
तेजाच्या उगमाकडेस सहसा तैं चाललों सत्वर

एका सुंदर वेदिकेजवळ मी जाऊनियां पोंचलों
ज्वाला दिव्य चिरंतनी बघुनि त्या वेदीवरी, थांबलों
ती ज्वाला नव्हती निजद्युतिमधीं छाया मुळीं पाडित!
त्या ज्वालेपुढती तपश्चरण तें मी वांकलों साधित

ज्वालेनें रमणीय एक ठिणगी माझ्याकडे धाडिली
ती मीं आपुलिया उदात्त हृदयी सानंद हो स्थापिली
पृथ्वीनें मज आणण्यास वरतीं होतें जिला धाडिलें
प्रीतीनें मग त्या फिरून मज या लोकामधीं आणिलें

येथें येउनि पोंचतां, बलि दिला ज्वालेस त्या मी किती
तें मातें कळलें पुरें-परि तुम्हां त्याची कशाला मिती?
ज्याला मी मुकलों, विषाद मजला, त्याचा मुळींही नसे
जें पृथ्वीवर आणिलें, जन तया धिक्कारिती हा! कसे!!

■

२३. कर्तव्य आणि प्रीति

वृत्त : शिखरिणी

नदीच्या तीरानें सहल करितां मी, जिवलगे
पहाली ती शोभा कुसमित वनाची जवळ गे
तधीं तेथें गेलों उचलुनि पदें मी झरझरा
जसा बाळ्या शाळेमधुनि अपुला ये निज घरा!

तृणाची गे खालीं रुचिर हिरवी चादर बरी
लतांची वृक्षांची निबिड फुगडी शोभत वरी
फुलें तीं वल्लींच्या नव किसलयीं शोभत किती
तुझ्या ओंच्यामध्यें जशिं निज अपत्यें विलसती!

स्वनांहीं तें होतें विपिन मधुरे! फार गढलें
मुलांच्या शब्दांहीं स्वसदन असे जेंवि भरलें
सुगंधें तें होतें स्थल भरुनि गेलें अतिशय
तुझ्या प्रेमानें हें भरुनि असतें जेंवि निलय!

तरी सुद्धां तेथें, मज गमतसे, लौकिक नव्हे
असें कांहीं होतें, कथन करण्या जें मज न ये
वसे तो विश्वात्मा वरुनि कवितादेविस तिथें
वसें जैसा मी हा मनुज तुजला घेउनि इथें

मनीं माझ्या व्हावी चलित कविताशक्ति, म्हणुनी
कशाला एकाकी फिरत असतों नित्य विपिनीं,
तुला, तूं त्या ठायीं असतिस तरी, हें समजतें
कदाचित तूं गाणें मधुर रचिलें तेथ असतें!

तधी मातें तेथें सहज कवनस्फूर्ति चढली
तुझी वर्णायाला अकपट अशी प्रीति सुचली
फुलांच्या मीं भाषेमधिं रुचिर हें काव्य रचिलें
मिषानें माल्याच्या; ग्रहण कर तूं तें तर भलें

सुवर्णाचे केले तुज जरि अलंकार रमणी
करावें तूं प्रेमा अधिक मजशीं काय म्हणुनी?
स्थितीला शोभावे, तुजवरि अलंकार असले
न मीं केलें, मातें म्हणतिल तरी काय सगळे?

जरी तूझी माझी प्रबल नसती प्रीति, तरि तें
जगांसाठी केले तुजवरि अलंकार असते!
परी तूझें तेथें स्मरण करुनी, प्रेमळपणें,
करें माझ्या झालें खचित नसतें माळ करणें!

कधीं मी कर्तव्यीं चुकुनि तव गे चित्त दुखलें,
तरी चित्तामध्यें स्मरण कर हीं सुंदर फुलें;
जधीं या हाताचें सकल बल जाईल सरुनी
दिलेलें हें त्यानें स्मर सखि! तधीं माल्य फिरुनी!

■

२४. कल्पकता

वृत्त : शार्दूलविक्रीडित

(खालच्या पद्यांत वर्णिलेली देवी ती कल्पकता होय. सर्व जग आपल्या आहारनिद्रादि ठरीव व्यवसायांत निमग्न असता ती एकांतांत बसून भारत-रामायणासारखीं काव्यें लिहिते; शाकुंतल, हॅम्लेट यांसारखीं नाटकें रचिते; गुरुत्वाकर्षणासारखे गहन शास्त्रीय सिद्धांत सुचविते, आणि एडिसनच्या फोनोग्राफसारखी यंत्रें तयार करिते. तेणेंकरून नवीन आयु:क्रम पृथ्वीवर सुरू होतो, आणि स्वर्ग पृथ्वीला जवळ होतो.)

खा, पी, नीज, तसा उठूनि फिरुनी तें तेंच जा चिंतित-
आवर्तीं जग या ठरीव अपुल्या होतें हळू रांगत
एका दुर्गम भूशिरावरि परी देवी कुणी बैसली,
होती वस्त्र विणीत अद्‌भुत असें, ती गात गीतें भलीं!

होते शोधक नेत्र, कर्णहि तिचे तें तीक्ष्ण भारी तसे,
होतें भाल विशाल देवगुरुनें पूजा करावी असें
सूर्याचीं शशिचीं सुरम्य किरणें घेऊनि देवी सुधी
होती गोवित, इंद्रचापहि तसें, त्या दिव्य वस्त्रामधीं

मेघांच्याहि छटा, तशीच कुटिला विद्युत, तसे तें ध्वनि
लाटा, पाउस, पक्षि तें धबधबे- यांतें पटीं ती विणी
तारांचें पडणें, तसें भटकणें केतुग्रहांचें, पहा,
सारें सुंदर, भव्य घेउनि तिनें तें वस्त्र केलें अहा!

आली भू कुतुकें तिथें तिस तिनें तें वस्त्र लेवीवलें
तों त्या वृद्ध वसुंधरेवरि पहा! तारुण्य ओथंबलें
भूदेवी, मग हृष्ट होउनि मनीं, नाचावया लागली
'आतां स्वर्ग मला स्वयेंच वरण्या येईल!' हें बोलली!

■

२५. कवि

वृत्त : शार्दूलविक्रीडित

मज्जेचीं निज जो फुलें पसरितो आयुष्यमार्गावरी
आहे अद्‌भुत रम्य का अधिक तें त्याहूनि कांहींतरी?
चाले तो धरणीवरी, तर पहा! जेथूनि तो चालिला
धूली तेथिल होतसे कनकिता! घेऊं नका भ्रांतिला

तो गंभीर वदे रवा, तर, मुक्या पृथ्वीस या वाटतें
कीं 'मातें श्रुति लक्षसंख्य फुटल्या', आणीक ती ऐकते!
दृष्टी तो फिरवी वरी, तर लवे आकाश तें खालतीं
तारांचे गण गावयास वरुनी स्तोत्रें अहा! लागती!

लीलेनें स्वकरांत तो धरितसे कांडी बरूची जधीं
साऱ्या सुंदर वस्तु त्या झडकरी येती समाधीमधीं
त्याच्या, येउनि त्या तयास वदती 'आम्हास दे भूषणें
दिव्यें, आणि शिकीव लौकरि अम्हा तीं अप्सरोगायनें!

श्वासोच्छ्‌वास करी, परी नवल हें- जीवित्वसंहारक
वायू घेउनि आंत, तो त्यजितसे वायूस त्या पोषक!
राही तो, तर देव भूमिवरतीं येतात हिंडावया
जातां, स्वर्ग सवें धरेस उतरे त्यालागिं धुंडावया!

■

२६. पुष्पाप्रत

जाति : अंजनीगीत (शेवटचा श्लोक इंद्रवज्रा वृत्तांत आहे.)

पुष्पा! सुन्दर किति तूं दिससी
सौकुमार्य माधुर्यहि धरिसी!
तुजला बघतां मन माझें तूं
वेडें रे करिसी!

तूं आणिक मी पूर्वीं होतों
खेळगडी रे! स्मरुनि अहा!, तो
काळ सुखाचा, आतां चित्ता
खेद फार होतो!

मुग्ध मधुरता चित्तीं घेतां
पूर्वीं अपुली होती समता,
गेला! गेला काळ अहह तो!
फेर किती आतां!

सौकुमार्य तव अजुनी आहे
हंसतचि आहे हास्य तुझें हें
परि; मम भाळीं ढग अश्रूंचा
हाय! डवरलाहे!

तुजला पाहुनि मी नाचावें
दुडदुड धावत तुजशीं यावें
प्रेमें तुजला स्वकरीं घेउनि
सखया चुंबावें!

आतांहि गमे घ्यावें तुजला,
परी सुटतसे कंप कराला
दिव्यत्वाला स्पर्श कराया
भय वाटे मजला!

रम्य धुक्याची अद्‌भुत सृष्टि
तींत उघडिसी अपुली दृष्टि
मग तो भास्वान् तुजवरि करितो
तेजाची वृष्टि!

मरुद्‌गण तुझ्या पाळणियाला
तत्पर आंदोलन द्यायाला,
पक्षिमुखांहीं स्वर्ग तुझ्यावरि
गाई गीतांला!

रम्य तुझें बा जिणें कितितरी
परिमलयश तव जाय भूवरी
कालहि तुझिया दिव्यत्वाला
वाटे नमन करी!

चिरतरुणा रे! चिररुचिरा रे!
तुजसन्निध तो वास बरा रे!
तुजमजमध्यें परी केवढी
आहे रुंद दरा रे!

काळोखाच्या जगामधें या
मृत आशांच्या चितांवरुनियां
पिशाच माझें भटकत आहे
शांति नसेचि तया!

मच्चित्ताच्या क्षितिजावरतीं
नृत्याला जीं स्वप्नें करिती
निदान, त्यांच्यामध्यें मजला
भासो तव मूर्ति

सौभाग्य पुष्पा! तव गावयाला
मी पात्र नाहीं, गमतें मनाला;
भुंगे तुझें स्तोत्र सुरेख गाती
ऐकूनि तें सर्व पळोत खंती!

■

२७. शब्दांनो! मागुते या!

वृत्त : स्रग्धरा

तेजाचे पंख वाऱ्यावरि हलवित ती चालली शब्दपंक्ति
देव्हारा शारदेचा उचलुनि गगनांतूनि ती नेत होती;
शब्दांहीं चित्तभूमी विकसित हिरवीं तों मदीया बघूनी
देव्हारा माझिया तो उतरुनि हृदयीं स्थापिला गौरवूनी

शब्दांसंगें तदा मी निजहृदयवनामाजि संचार केला
तेथें मीं कल्पपुष्पें खुडुनि नमुनि तीं बाहिलीं शारदेला
शब्दांच्या कूजितानें सहजचि मम हृत्प्रान्त गुंगूनि गेला
मीं त्या स्वप्नांत गद्यग्रथित जग मुळीं लोटिलें तुच्छतेला!

रागानें या जगानें अहह! म्हणूनियां शापिलें या जनाला
तेणें चिन्ताग्नि माझी हृदयहरितता नाशिता फार झाला
गाणारे शब्द सारे झडकरि उडूनी दूरदेशास गेले
वाग्देवीपीठ येथें परि मम हृदयीं दिव्य तें राहियेलें

वाग्देवी शारदे गे! फिरवुनि अपुले शब्द पाचार येथें!
साहाय्यावीण त्यांच्या भजन तव कसें सांग साधेल मातें?
आशामेघालि चिन्तानल अजि विझवूं जाहलीसे तयार
शब्दांनो! मागुते या! बहर मम मनीं नूत्न येईल फार!

■

२८. दिवा आणि तारा

वृत्त : शार्दूलविक्रीडित

ताऱ्याला जमिनीवरूनि वदला गर्वे दिवा हें असें :
'अस्पष्ट द्युति ही किती तव! तुझा रात्रौ कितीसा असे-
लोकांला उपयोग? मी बघ कसा तेजा निजा पाडितों
अंधारीं व्यवहार सर्वहि जगीं माझ्यामुळे चालतो!'

तारा तों वरुनी दिव्यास वदला गम्भीर शान्त स्वरें :
'दीपा! तूं म्हणतोस, तें कवण तो लेखील खोटें बरें?
जी वस्तुस्थिति, ती परंतु बघतां आहे जरा वेगळी
अंधारावर तूझिया मम नसे बा! योजना जाहली

भांडीं, तीं मडकीं, डबे, ढकलिसी अंधार यापासुनी
ब्रह्माण्डास परंतु मी उजळितों, गेलीं युगें होउनी!
तेजानें वरुनी दिव्या! खुलविसी तूं मानवी चेहरे
आत्मे उज्ज्वल आंतले पण गड्या! होतात माझें करें!

ज्ञाते, आणि भविष्यवादिहि, कवी, तें चित्रकर्ते तसे,
मत्तेजें फिरतात, अन्य जन हें तूझ्या प्रकाशें जसें!
तूझ्यासन्निध जो कवी लिहितसे, त्यालाच तूं पूस रे :
दीपाच्या लिहितोस तूं द्युतिबलें, कीं तारकांच्या बरें?'

■

२९. मयूरासन आणि ताजमहाल

वृत्त : शार्दूलविक्रीडित (सुनीत)

कामें दोन सुरेख त्या नृपवरें केलीं :- मयूरासनीं
ज्या तो बैसुनि शोभला; प्रथम तें, सा कोटि ज्या लागले,
राजे ज्यापुढते जुळूनि अपुल्या हस्तद्वया वांकले
झाले कंपित, तस्करीं शिर असे, येऊनिया हें मनीं;

प्रेमें मन्दिरही तसें निजसखीसाठी तयें लावुनी-
कोटी तीनच त्या गभीर यमुनातीरावरी बांधिलें!
चोरें आसन तें दुरी पळविलें! स्मर्तव्य कीं जाहलें!
आहे अद्भुत तो महाल अजुनी तेथें उभा राहुनी!

विल्हेवाट अशीच रे तव कृती त्या सर्वदा पावती
मत्त भ्रान्त नरा! सदैव कितिही तूं धूप रे जाळिला
स्वार्थाच्या प्रकृतीपुढें- निजमनीं ही याद तूं जागती
राहूं दे-तरि धूर होईल जगीं केव्हांच तो लोपला!

काडी एकच गंधयुक्त, नमुनी प्रीतीस तूं लाव ती
तीचा वास सदा जगीं पसरुनी देईल तो तुष्टिला!

■

३०. चिरवियुक्ताचा उद्गार

वृत्त : शार्दूलविक्रीडित (सुनीत)

वृष्टीमागुनि चन्द्रकान्तिवला ती ये शरत् साजिरी
तैसा रम्य वसन्त तीव्र शिशिरामागूनि तो येतसे
सूतिक्लेश सरे, अनन्तर सुखा तें तान्हुलें देतसे
पाणी ओसरतां समग्र भरती येते पुन्हा सागरीं

द्युत्याविष्कृति मोक्षकाल करितो खग्रास झाल्यावरी
कृष्णानंतर शुक्ल पक्ष चढती तो कौमुदी घेतसे
प्रातःकाल सुरेख गाढ रजनीमागूनि तो होतसे
होतां दारुण कल्प-अन्त फिरुनी सृष्टि स्मिता आदरी ।

या गोष्टी गणणें असे सुलभ गे त्यांला, जयांच्या मनीं
आशातन्तु नसे अजूनि तुटला; तें भाग्यशाली खरे!
कान्ते! मत्सम गे परन्तु असती जें या अभागी जनीं,
त्यांची वाट विपत्समाकुल जगीं होणार कैशी बरें?

उत्कण्ठाज्वलनें तुझा विरह हा टाकी मला पोळुनी
या गोष्टी गणतां निराश हृदयीं माझ्या भरे कांपरें!

■

३१. संध्याकाळ

वृत्त : शार्दूलविक्रीडित

संध्याकाळ असे : रवी उतरतो आहे समुद्रावरी
त्याचें बिम्ब सुरेख चुम्बिल पहा लाटांस या लौकरी
मातीला मिळुनी गळूनि पडलें तें पुष्प जाई जसें
लोपाला लहरींत मंडलहि हें जाईल आतां तसें!

आकाशीं ढग हें पहा विखुरले, त्यांच्यावरी सुन्दर
रंगाच्या खुलती छटा, बघुनि त्या येतें स्वचित्तावर :-
हा मृत्युंगत होतसे दिवस, तन्मस्तिष्कपिंडांवरी
येती अक्षयमोक्षसिन्धुलहरी तेजोयुता यापरी!

पक्षी हें घरट्यांकडे परतुनी जातात कीं आपुले
त्यांलागीं किलबील शब्द करुनी आनन्द देती पिलें
गाई या कुरणांतुनी परततां हंबारवा फोडिती
त्यांचे उत्सुक वत्स त्यांस अपुल्या दीनस्वरें बाहती

आनन्दी दिसती युवे, फिरकती जें या किनाऱ्यावरी
ध्याती तें निज सुन्दरींस, गमतें, उल्हासुनी अन्तरीं
जी ही मन्दिरराजि पैल दिसते, तीच्या गवाक्षांतुनी
झाल्या त्या असतील हृष्ट युवती चित्तीं असे आणुनी :-

'अस्तालागुनि जातसे दिनमणी; रात्री अहा येतसे!
रात्री! जादु किती विलक्षण तुझे नामामधें गे वसे!
प्रेमाचें हृदयीं उषीं कुमुद जें संकोच गे पावलें
देसी त्यास विकास!- चित्त म्हणुनी नाथाकडे लागलें!'

संध्येला प्रणयी तुम्हीं जन सुखें द्या हो दुवा; मी करीं
हेवा तो न मुळीं; नसे प्रणय तो माझ्याहि का अन्तरीं?
आहें मी घर सोडुनी पण दुरी; चित्तीं म्हणूनी असें
मी संध्यासमयीं उदास; अथवा व्हावें तरी मीं कसें?

■

३२. क्षणांत नाहींसे होणारे दिव्य भास

वृत्त : शार्दूलविक्रीडित

(कवि, चित्रकार, आणि तानसेन यांस जी अलौकिक स्वप्नें, ज्या दिव्याकृति आणि जें गंधर्वालाप भासमान होतात, -अहह! त्यांपैकी किती थोडे मात्र त्यांस आपापल्या करामतींत गोवून ठेवितां येतात बरें! आत्माराम आणि आका कोण हें सांगावयास नकोच.)

आत्माराम सुखें वनामधुनि तो होता जरा हिंडत
तो झाला बघता दुरुनि सहसा कोण्या सुमूर्तीप्रत
तीच्यामागुनि मोहुनी हळूहळू जायास तो लागला
'आहे ही पण कोण?' या क्षणभरी प्रश्नावरी थांबला!

'रम्भे!' 'उर्वशि गे!' -तशींच दुसरीं जीं त्यास होतीं प्रियें
नामे, त्यांतिल घेउनी फिरुनि तो बाही त्वरेनें तिये
ती कांहीं तरिही वळे न, बघुनी तो विस्मया पावला
जातां सन्निध, 'ही नवीनचि अहा! कोणी दिसे' बोलला!

कांहीं नांव नवीन देउनि तिला जेव्हां तयें बाहिलें
तों तीनें वळुनी प्रसन्नवदनें त्याच्याकडे पाहिलें
त्या रूपद्युतिने दिपूनि नयनें निर्वाण तो पावला
तों अन्तर्हित, दृष्टिचा विषय तो एका क्षणीं जाहला!

आकाची इतुक्यांत हाक परिसे आत्मा, घराला वळे
आकाच्या हुकुमांत, साक्ष अवघी ती विस्मरूनी, रुळे
कोणेका दिवशीं तिथेच फिरतां ती गोष्ट त्याला स्मरे
तच्चित्तीं, पण, रूप नाम अथवा तीचें मुळींही नुरे!

आत्माराम सखेद होउनि वदे तों आपणाशीं असें—
'कांहीं सुन्दर देखिलें खचित मीं, यामाजि शंका नसे!
हा! हा!- हें जर सर्व भास धरतां येतील मातें, तर
पृथ्वीचा सुरलोक की बनवुनी टाकीन मी सत्वर!'

■

३३. तुतारी

जाति : पादाकुलक (चरण पांच)

एक तुतारी द्या मज आणुनि
फुंकिन मी जी स्वप्राणानें
भेदुनि टाकिन सगळीं गगनें-
दीर्घ जिच्या त्या किंकाळीनें;
अशी तुतारी द्या मजलागुनि

अवकाशाच्या ओसाडींतिल
पडसाद मुके जें आजवरी,
होतिल तें वाचाल सत्वरी
फुंक मारितां जीला जबरी-
कोण तुतारी ती मज देइल?

सारंगी, ती सतार सुन्दर
वीणा, बीनहि, मृदंग, बाजा,
सूरहि, सनई; अलगुज माझ्या-
कसचीं हीं हो पडतिल काजा?
एक तुतारी द्या तर सत्वर

रूढी जुलूम यांचीं भेसुर
सन्तानें राक्षसी तुम्हांला
फाडुनि खाती, ही हतवेला-
जल्शाची का? पुसा मनाला!
तुतारिनें ह्या सावध व्हा तर!

अवडम्बरलीं ढगें कितीतरि,
रविकिरणांचा चूर होतसे
मोहर सगळा लघुनि जातसे,
कीड पिकांवरि सर्वत्र दिसे!
गालीफगिरी तरिहि जगावरि!

चमत्कार! तें पुराण तेथुनि
सुन्दर, सोज्वळ, गोडें, मोठें,
अलिकडलें तें सगळें खोटें,
म्हणती धरुनी ढेरीं पोटें
धिक्कार अशा मूर्खांलागुनि!

जुन्या नभीं या ताजे तारक
जुन्या भूमिवर नवी टवटवी
जुना समुद्रहि नव रत्नें वी
जुन्यांतून जी निष्पत्ति नवी-
काय नव्हे ती श्रेयस्कारक?

जुनें जाउं द्या मरणालागुनि
जाळुनि किंवा पुरुनि टाका
सडत न एक्या ठायीं ठाका,
सावध! ऐका पुढल्या हाका!
खांद्यास चला खांदा भिडवुनि!

प्राप्तकाल हा विशाल भूधर
सुन्दर लेणीं तयांत खोदा
नांवें अपुलीं त्यांवर नोंदा
बसुनी कां वाढवितां मेदा?
विक्रम कांहीं करा, चला तर!

अटक कशाची बसलां घालुनि?
पूर्वज वदले त्यां गमलें तें
ऐका खुशाल सादर चित्तें
परंतु सरका विशंक पुढते-
निरोप त्यांचा ध्यानीं घेउनि

निसर्ग निर्घृण, त्याला मुर्वत-
नाहीं अगदीं पहा कशाची!
कालासह जी क्रीडा त्याची,
त्या सकलांला समान जाची-
चुरुनि टाकी प्रचंड पर्वत!

त्यांशीं भिडुनी, झटुनी, झगडत
उठवा अपुले उंच मनोरे
पुराण पडक्या सदनीं कां रे
भ्याड बसुनिया रडतां पोरें?
पुरुषार्थ नव्हे पडणें रखडत!

संघशक्तिच्या भुईत खंदक
रुंद पडुनि शें तुकडे झाले
स्वार्थनिपेक्ष जीवीं अपुले
पाहिजेत तें सत्वर भरले!
घ्या त्यांत उड्या तर बेलाशक!

धार धरिलिया प्यार जिवावर
रडतिल, रडोत, रांडा पोरें
गतशतकांची पापें घोरें-
क्षालायाला तुमचीं रुधिरें-
पाहिजेत रे! स्त्रैण न व्हा तर!

जाऊं बघतें नांव लयाप्रत
तशांत बनलां मऊ मेंढरें
अहह! घेरिलें आहे तिमिरें
परंतु होऊं नका बावरे-
धीराला दे प्रसंग हिंमत!

धर्माचें माजवूनि डम्बर
नीतीला आणिती अडथळे
विसरुनिया हें जातात खुळे :-
नीतीचें पद जेथें न ढळे
धर्म होतसे तेथेंच स्थिर!

हल्ला करण्या तर दंभावर-तर बंडांवर
शूरांनो! या, त्वरा करा रे!
समतेचा ध्वज उंच धरा रे!
नीतीची द्वाही पसरा रे!
तुतारिच्या या सुराबरोबर!

नियमन मनुजासाठीं, मानव-
नसे नियमनासाठीं जाणा!
प्रगतिस जर तें हाणी टोणा,
झुगारुनि तें देउनि, बाणा
मिरवा निज ओजाचा अभिनव!

घातक भलत्या प्रतिबंधांवर
हल्ला नेण्या करा त्वरा रे!
उन्नतिचा ध्वज उंच धरा रे!
वीरांनो, तर पुढें सरा रे-
आवेशाने गर्जत 'हर हर!'

पूर्वीपासुनि अजुनि सुरासुर
तुंबळ संग्रामाला करिती;
सम्प्रति दानव फार माजती
देवांवर झेंडा मिरवीती!
देवांच्या मदतीस चला तर!

■

३४. झपूर्झा!

जाति : झपूर्झा

(आपल्यास जें कांहीं नाहीं असे वाटतें, त्यांतूनच महात्मे जगाच्या कल्याणाच्या चिजा बाहेर काढतात. त्या महात्म्यांची स्थिति लक्षांत वागवून पुढील गाणे वाचल्यास ते दुर्बोध होऊं नये, असे वाटतें.)

हर्षखेद तें मावळले
हास्य निमालें
अश्रु पळाले;
कण्टकशल्यें बोथटलीं
मखमालीची लव वठली;
कांहीं न दिसे दृष्टीला
प्रकाश गेला
तिमिर हरपला;
काय म्हणावें या स्थितिला?-
झपूर्झा! गडे झपूर्झा!

हर्षशोक हें ज्यां सगळे
त्यां काय कळे?
त्यां काय वळे?
हसतिल जरि तें आम्हांला,
भय न धरूं हें वदण्याला :
व्यर्थीं अधिकचि अर्थ वसे
तो त्यांस दिसे,
ज्यां म्हणति पिसे
त्या अर्थाचे बोल कसे?-
झपूर्झा! गडे झपूर्झा!

ज्ञाताच्या कुंपणावरून
धीरत्व धरून
उड्डाण करून
चिद्घनचपला ही जाते
नाचत तेथें झगझगते;
अंधुक आकृति तिस दिसती,
त्या गाताती
निगूढ गीती;
त्या गीतींचे ध्वनि निघती
झपूर्झा! गडे झपूर्झा!

नांगरल्याविण भुई बरी
असे कितितरी;
पण शेतकरी
सनदी तेथें कोण वदा?-
हजारातुनी एकादा!
तरी ना, तेथुनि वनमाला
आणायाला,
अटक तुम्हांला;
मात्र गात हा मंत्र चला-
झपूर्झा! गडे झपूर्झा!

पुरुषाशीं त्या रम्य अति
नित्य प्रकृति
क्रीडा करती;
स्वरसंगम त्या क्रीडांचा
ओळखणे हा ज्ञानाचा-
हेतु; तयाची सुन्दरता
व्हाया चित्ता-
प्रत ती ज्ञाता,
वाडें कोडें गा आतां-
झपूर्झा! गडे झपूर्झा!

सूर्यचन्द्र आणिक तारे
नाचत सारे
हें प्रेमभरें
खुडित खपुष्पें फिरति जिथें,
आहे जर जाणें तेथें,
धरा जरा निःसंगपणा
मारा फिरके
मारा गिरके
नाचत गुंगत म्हणा म्हणा-
झपूर्झा! गडे झपूर्झा!

■

३५. थकलेल्या भटकणाराचें गाणे

जाति : हरिभगिनी

किती रहावें तुजविण आतां! धीर न मजला क्षण धरवे!
गेलें गेलें वय हें वायां! मरणहि तें वाटे बरवें!
  काय करावें मज न सुचे
  मुळीं न मजला किमपि रुचे
  हृदयीं सगळें धैर्य खचे!
भणभण वणवण करित अधिक मज आढ्यींहि जगिं नच फिरवे!
किती रहावें तुजविण आतां! धीर न मजला क्षण धरवे!

कितिक योजिले यत्न यावया तुजशीं मी उत्सुकतेनें!
व्यर्थ जाहले अवघे! दुर्धर कसे न व्हावें मग जगणें?
  पुष्पांनो! तर दूर सरा!
  कण्टक हो! मार्गीं पसरा!
  प्रकाश नलगे-तिमिर बरा!
सर्व चांगलें व्हावें होतें तुजसाठी-पण लभ्य नव्हे!
किती रहावें तुजविण आतां! धीर न मजला क्षण धरवे!

शूळ कपाळीं, कंडन हृदयीं, कम्प शरीरीं भरलासे,
सलिल लोचनीं, शीण अवयवीं, हाय! निराशा मनीं वसे;
  तरि, माझी ती भेटेल का?
  पांग मनींचा फिटेल का?
  अलिंगू ती झटेल का?
क्षमा करिल का मला चुक्यांची?-पुसतों मी माझें बरवें!
किती रहावें तुजविण आतां! धीर न मजला क्षण धरवे!

■

३६. कवितेचें प्रयोजन

वृत्त : शार्दूलविक्रीडित

(सहेतुक असावी वा नसावी, अशी बंधनं कवीवर नकोत. कवितेचं उद्दिष्ट काय असावं, या संबंधाची कविता.)

'शान्तीचें घर सोडुनी प्रखर त्या हाटीं प्रयत्नाचिया,
प्रीतीचाहि निकुंज सोडुनि रणीं जीवित्व नांवाचिया,
सर्वांहीं सरसावणें झटुनियां हें प्राप्त झालें असे;
या वेळे न कळे, कवे! तुज सुचे गाणें अहा रे कसें!

माता ही सुजला स्वभूमि सुफला, तीच्या परी लेंकरां
खायाला पुरतें पहा नच मिळे कीं हाल आहे पुरा;
झांकायास तनूस वस्त्रहि न तें आतां पुरेसें मिळे;
या वेळेस कसें, कवे! तुज सुचे गाणें न मातें कळे!'

हें कोणी म्हणतां जवें कविमनीं खेदोर्मि हेलावल्या
नेत्रांतून सवेंचि बाष्पसरिता वाहावया लागल्या
त्याचा स्त्रैणपणा असा प्रकटला वाटेल कोणा, परी
धीरोदात्त असेचि तो, श्रुत असे हें दूरही भूवरी!

सोन्याचे सरले अहा! दिवस तें, आली निशा ही कशी!
सौख्याचा नद तो सुकून पडलों या दुःखपंकीं फशीं!
कालक्रीडित हें बघून रडला, हें व्यस्त कांहीं नसे;
प्रौढत्वीं निज शैशवास जपणें बाणा कवींचा असे!

बाष्पांतीं तरल स्वरें मग कवी निःश्वासुनी बोलिला—
'जो पूर्वी गुण पुण्यभूमिवरि या अत्यन्त वाखाणिला,
तें हें दिव्य कवित्व दुर्विधिवशें हीनत्व की पावलें
त्याची बूज करावया न अगदीं कोणी कसें राहिलें!

गाणें जें परिसावया कविपुढें राजेशही वांकले,
यन्नादेंच लहानथोर सगळे गुंगून वेडावले,
त्याला मान नसे, नसो पण, अतां त्याची अपेक्षा नसे—
हें कोणी म्हणतां विषाद अहिंसा मन्मानसाला डसे!

आलेल्या दुरवस्थितींतुनि तुम्हीं उत्तीर्ण व्हाया जरी
उद्योगीं रत व्हावया धरितसां औत्सुक्य चित्तीं, तरी
गाण्यानें कविच्या प्रभाव तुमचा वर्धिष्णुता घेइल
स्फूर्तीचा तुमच्या पिढ्यांस पुढल्या साक्षी कवी होइल!

हातीं घेउनियां निशाण कवि तो पाचारितो बान्धवां—
या हो या झगडावयास सरस हो मेळवा वाहवा!
प्रेतेंही उठवील जी निजरवें, ती तो तुतारी करी
आतां नादवती, निरर्थ तर ती त्याची कशी चाकरी?

आशा, प्रेम, तसेंच वीर्य कवनीं तो आपल्या गाइल
गेलें वैभव गाउनी स्फुरण तो युष्मन्मना देइल
द्या उत्तेजन हो कवीस, न करा गाणें तयाचें मुकें
गाण्यानें श्रम वाटतात हलके, हेंही नसे थोडकें!

आतां जात असे दुरी शिथिलता अस्मत्समाजांतुनी,
याची खूणच गान जें निघतसे तें साच जाणा मनीं
तारा ताणिलियावरी पिळुनिया खुंट्यांस वाद्याचिया,
त्यांच्यांतून अहा! ध्वनी उमटती जें गोड ऐकावया!’

■

३७. दोन बाजी

जाति : हरिभगिनी

त्या शूरानें भगवा झेंडा हिंदुस्थानीं नाचविला
निजराष्ट्राचें वैभव नेलें एकसारखें बढतीला
जिकडे तिकडे समशेरीची कीर्ती आपुल्या गाजविली
खूप शर्तिनें कदर आपली गनीमांस त्या लाविलयी!
आणि तुवां रे?- त्वां नीचानें पाठ आपुली दावुनियां
रणांतुनी पौबारा केला, शेपुट भ्याडा वळवुनियां!

गुणी जनांची पारख करुनी त्या धीरानें गौरविलें
उत्साहाच्या वातें अपुल्या तेज तयांचें चेतविलें,
प्रतापदीपज्ज्योति पोषिली सुजनस्नेहा वाढवुनी
गनीममशकें कितीक गेलीं तिच्यामधें खाक् होवोनी!
आणिक तूं रे?- नाचलासि तूं नग्नच संगें अधमांचे
धूळ खात गेलास-लाविले सर्वत्र दिवे शेणाचे!

भटांस जें रणधुरंधर तया पाचारुनि त्या सिंहानें
माराया कीं मरावया अरिवरि नेलें आवेशानें
'हरहर!' शब्दा परिसुनि वळली कितिकांची घाबरगुंडी
'अला मराठा!' म्हणत पळाल्या सैरावैरा किति लंडी!
तूंहि भटांला पाचारियले, काय त्यांसवें परि केलें?
यथेच्छ लाडू मात्र झोडिले- नांव हाय रे बुडवीलें!

घोड्यावरीच हुरडा चोळित शत्रुशासना धांवोनी
तो गेला- तूं बिछान्यावरी राहिलास रे लोळोनी!
वीर भले खंबीर आणखी मुत्सद्दी तें सद्‌बुद्धी
त्यांच्या साह्यें निजसत्तेची त्यानें केली रे वृद्धि
पण तूं रे?- तूं नगरभवान्या नाच्येपोऱ्ये घेवोनी
दौलतजादा केला-धिग् धिग् भटवंशी रे जन्मोनी!

या भटवंशीं महाप्रतापी ख्यात जाहले असूनिया
तुळशीमध्यें भांग निघाली अभद्र ऐशी कोठुनिया!
निजनामाचा 'गाजी' ऐसा अर्थ उरवुनी तो गेला
तर हळहळली आर्यमाउली ऐकुनि त्याच्या निधनाला
मरणाआधिंच मारून आणुनि काळोखी निजराष्ट्राला
तूं गेलासी करून 'पाजी' अहह! पितामहनामाला!

■

३८. दिवस आणि रात्र

जाति-बालानंद

दिवस बोलतो, 'उठा झणीं'
रात्र 'विसांवा घ्या!' म्हणते
या दों वचनीं दिनरजनी
बहुत सुचविती, मज गमतें

दिवस सांगतो, 'काम करा'
रात्र- 'विचारा करा मनीं'
दिवस बोलतो, 'मरा मरा'
रात्र- 'मजमुळें जा तरुनी'

दिवस वदतसे, 'पहा प्रकाश'
आंत शिरतसे परि अंधार!
रात्र बोलते, 'पहा तमास!'
परि आंत पडे प्रकाश फार!

दिवस म्हणे, 'जा घरांतुनी'
रात्र वदे, 'या सर्व घरास.'
स्पर्धा लावी दिवस जनीं
रात्र शिकविते प्रीति तयांस!

नक्षत्रें जगतीवरलीं
दिवस फुलविती, असे खरें
पुष्पें आकाशामधलीं
रात्र खुलविते, पहा बरें!

एकच तारा दिन दावी
असंख्य भास्कर परी निशा
दिवस उघडितो ही उर्वी,
रजनी अनंत आकाशा!

दिवस जनांला देव दिसे
परि गद्यच त्याच्या वदनीं;
रात्र राक्षसी भासतसे
परि गाते सुंदर गाणीं!

'ही भूमी हा नरक!' असें
वदे अदय दिन वारंवार;
'ही धरणी हा स्वर्ग असे!'
गाते रजनी, जी प्रिय फार!

■

३९. दंवाचे थेंब

जाति : बालानंद

‘कोठुनि हें आले येथें?’
काल संध्याकाळीं नव्हते,
हिमकण पाहुनि तें वेलीं-
वरि पडले आज सकाळीं.
आईला बाळ्या वदला
कुतुकाने उत्सुकलेला!
‘दिसती हें गोजिरवाणे
मोत्यांचे जैसे दाणे
आई गं! तर वद मातें
कोठुनि हें आले येथें?
सूर्याच्या ह्या किरणांत
कसे पहा चकमकतात!
मौज मला भारी वाटे!
होते हें तर वद कोठें?’

चुम्बुनिया त्या तनयातें
वर करुनी बोट वदे तें-
‘चन्द्र आणि नक्षत्रें तीं
शोभलीं जेथ वा रातीं,
उजेडही जेथुनि येतो,
पाउसही जेथुनि पडतो,
तेथुनि हें आले येथें;
तेथुनीच तूं आम्हांते!’
‘राहतील येथें का ते?’
मिळतिल का खेळायातें?
मज गम्मत वाटे, आई,
घेउनि दे मजला कांहीं!’

‘नाही रे! तें स्वकरांत
येणार गड्या नाहींत;
कौतुक कर बघुनी त्यांतें
असती तें जोंवरि येथें;
सूर्य त्यांस अपुल्या किरणीं
नेईलचि लौकर गगनीं!’
‘जातिल तें लौकर गगनीं’
वदतां गहिवरली जननी!
गतबाळें तिजला स्मरलीं
डोळ्यांत आंसवें आलीं!
‘देवा रे!’ मग ती स्फुंदे-
‘एवढा तरी लाभूं दे!’

म्हणुनि तिनें त्या बाळासी
धरिलें दृढ निज हृदयाशीं!
पाहुनि त्या देखाव्याला
कळवळा कवीला आला!
वेडावुनि तयाच नादें
‘खरेंच?’ तो पुसता खेदें-
‘होते हिमबिंदु सकाळीं,
कोठें तें सायंकाळीं?’

■

४०. स्फूर्ति

जाति : हरिभगिनी

कांठोकांठ भरूं द्या पेला, फेंस भराभर उसळूं द्या!
प्राशन करितां रंग जगाचे क्षणोक्षणीं ते बदलूं द्या!

अमुच्या भाळीं कटकट लिहिली सदैव वटवट करण्याची
म्हणेल जग आम्हांस मद्यपी, पर्वा कसली मग याची!

जिव्हेचीं बंधनें तर ढिलीं करा तीव्र या पेयानें
यदुष्णतेने द्यावापृथ्वी द्रवुनि मिसळती वेगानें!

होउनियां मग दंग मनीं
व्हावें तें आणा ध्यानीं
गा मग सुचतिल तीं गाणीं

परिसुनि त्यांचे शब्द, रूढिचे दास झणीं ते खवळूं द्या!
कांठोकांठ भरूं द्या पेला, फेंस भराभर उसळूं द्या!

सोमाचा रस वेदकाळच्या ऋषिवर्यांनी उकळीला
शेष तयाचा द्या तर लौकर पिपासु जें त्या आम्हांला!

औचित्याच्या फोल विवेका! जा निघ या दुरवस्थेनें
अम्हां घेरिलें, म्हणुनी घेतों झिंगुनियां या पानानें!

क्लृप्तीची मग करुनी नौका व्योमसागरावरि जाऊं
उडुरत्नें या गरिब धरेला तेथुनि फेंकुनियां देऊं!

अडवतील जर देव, तरी
झगडूं त्यांच्याशीं निकरीं.
हार न खाऊं रतीभरी!

देवदानवां नरें निर्मिलें, हें मत लोकां कवळूं द्या!
कांठोकांठ भरूं द्या पेला, फेंस भराभर उसळूं द्या!

पद्यपंक्तिची तरफ आमुच्या करीं विधीनें दिली असे,
टेकुनि ती जनताशीर्षावरि जग उलथुन या देउं कसें!

बंडाचा तो झेंडा उभवुनि धामधूम जिकडेतिकडे-
उडवुनि देउनि जुलुमाचे या करू पहा तुकडे तुकडे!

'महादेव! हरहर!' समराचा गर्जत तो वाऱ्यावरतीं
येउनि घुमतो अमुच्या कर्णीं- 'निजती तें ठारचि मरती!'

उठा! उठा! बांधा कमरा!
मारा किंवा लढत मरा!
सत्त्वाचा 'उदयोऽस्तु' करा!

छंद फंद उच्छृंखल अमुचे स्तिमित जगाला ढवळूं द्या!
कांठोकांठ भरूं द्या पेला, फेंस भराभर उसळूं द्या!

■

४१. रांगोळी घालतांना पाहून

वृत्त : शार्दूलविक्रीडित

होतें अंगण गोमयें सकलही संमार्जिलें सुन्दर
बालार्कें अपुली प्रभा वितरली नेत्रोत्सवा त्यावर;
तीची जी भगिनी अशी शुभमुखी दारीं अहा पातली,
रांगोळी मग त्या स्थळी निजकरें घालावया लागली

आधीं ते लिहिले तिनें रविशशी, नक्षत्रमाला तदा,
मध्यें स्वस्तिक रेखिलें, मग तिनें आलेखिलें गोष्पदां,
पद्में, बिल्वदलें, फुलें, तुळसही, चक्रादिकें आयुधें-
देवांचीं लिहिलीं; न तें वगळिलें जें चिन्ह लोकीं सुधें

होती मंजुल गीत गात वदनीं अस्पष्ट कांहीं तरी,
गेला दाटुनि शान्त तो रस अहा तेणें मदभ्यन्तरीं;
तीर्थें, देव, सती, मुनी, नरपती, देवी तशा पावना,
अंतर्दृष्टिपुढूनियां सरकल्या, सन्तोष झाला मना!

चित्रें मीं अवलोकिलीं रुचिर जीं, काव्यें तशीं चांगलीं,
त्यांहीं देखिल न स्मरेच इतुकी मद्वृत्ति आनन्दली;
लीलेनें स्वकरें परंतु चतुरे! तूं काढिल्या आकृति,
त्या या पाहुनि रंगली अतिशयें आहे मदीया मति

रांगोळींत तुझ्या विशेष गुण जो आर्ये! मला वाटतो,
स्पष्टत्वें इतुक्या अशक्य मिळणें काव्यांत चित्रांत तो;
स्वर्भूसंग असा तयांत इतक्या अल्पावकाशीं नसे
कोणीं दाखविला अजून, सुभगे! जो साधिला तूं असे

आदित्यादिक आकृती सुचविती दिव्यत्व तें उज्ज्वल
तैसें स्वस्तिक सूचवी सफलता धर्मार्थकामांतिल
पावित्र्याप्रत गोष्पदें तुळसही, शोभेस हीं सारसें,
पुष्पें प्रीतिस, चक्र हें सुचवितें द्वारीं हरी या असे!

तत्त्वें मंगल सर्वही विहरती स्वर्गीं तुझ्या या, अये
आर्ये! तूं उपचारिकाच गमसी देवी तयांची स्वयें;
नातें स्नेह निदान ओळख जरी येथें मला आणिती,
होतों मी तर पाद सेवुनि तुझे रम्य स्थळीं या कृती!

चित्तीं कल्मष ज्याचिया वसतसे ऐशा जनालागुनी
या चिन्हांतुनि हा निषेध निघतो आहे गमे मन्मनीं-
'जा मार्गें अपुल्या, न दृष्टि कर या द्वाराकडे वांकडी,
पापेच्छूवरि हें सुदर्शन पहा आणील की सांकडीं!'

'आहे निर्मल काय अंतर तुझें? मांगल्य कीं जाणसी?
लोभक्षोभजये उदात्त हृदयीं व्हायास का इच्छिसी?
ये येथें तर, या शुभाकृति मनीं घे साच अभ्यासुनी'
आर्ये! स्वागत हें निघे सरल या त्वल्लेखनापासुनी

साध्यांही विषयांत आशय कधीं मोठा किती आढळे
नित्याच्या अवलोकनें जन परी होती पहा आंधळे!
रांगोळी बघुनी इत:पर तरी होणें तयीं शाहणे
कोठें स्वर्गसमक्षता प्रकटते हें नेहमीं पाहणें!

■

४२. मूर्तिभंजन

छंद : अभंग

मूर्ति फोडा, धावा!   धावा, फोडा मूर्ति
आंतील सम्पत्ति   फस्त करा!
व्यर्थ पूजाद्रव्यें   त्यांस वाहूनीया,
नाकें घासूनीयां   काय लभ्य?
डोंगरींचे आम्ही   द्वाड आडदांड
आम्हांला तें चाड   संपत्तीची!
कोडें घालूनिया   बसली कैदाशीण,
उकलिल्यावीण   खाईल ती!
तिच्या खळीमध्यें   नाही आम्हां जाणें
म्हणूनि करणें   खटाटोप
मूर्ति फोडूनीयां   देऊं जोडूनीयां
परी विकूनीयां   टाकूं न त्या!
विकूनि टाकीती   तेचि हरामखोर
तेचि खरे चोर,   आम्ही नव्हों

■

४३. रुष्ट सुन्दरीस

जाति : केशवकरणी

नादीं लावुनि वेडा केलें ज्याला तूं सुंदरी!
रुष्ट कशी होऊनि बैसशी आतां त्याच्यावरी!

सकल दैवतें तुच्छ करुनि मी तव भजनीं लागलों
व्यर्थ का आजवरी भागलों?

तुझ्या कृपेचा प्रसाद व्हावा म्हणुनी झटलों किती
असे का त्याला कांहीं मिती?

कधीं मला तूं उत्तेजनही दिलें-
स्मरत नसे का? - स्मित मजला दाविलें!

अर्थपूर्ण वीक्षणेंहि केव्हां श्रम मम केले दुरी!
लहर कां आतां फिरली परी?

कितीक माल्यें श्रमसाकल्यें गुम्फुनिया तीं भलीं
तुला गे सन्तत मीं वाहिलीं!

आभरणेंही असाधारणें दिधलीं तुजकारणें
फिटाया दासाचें पारणें!

परि दुर्भग मम कसें उभें राहिलें?
काय तयाने न्यून बरें पाहिलें?

तेणेंकरुनी रोष असा तव उद्‌भवला अन्तरीं,
मम मना चिन्तावश जो करी!

हाय! हाय! हें विफल जिणें तव सहवासावांचुनी,
निघूं की निवटूं मनुजांतुनी!

प्रीतिविषय तो जर का परका प्राण्याला जाहला

तयाचा जन्महेतु खुंटला!

विषण्ण तो मग विषवृक्षाचीं फळें
सुधारसाचीं मानुनि गिळिलचि बळें!

दोष तयाचा काय त्यामधें? वद मधुरे, सत्वरी-
करूं ना मीहि अतां त्यापरी?

तुजवरि पद्यें, हे अनवद्ये! कितीतरी गाइलीं
भक्तिविण कोणीं तीं प्रेरिलीं?

तुजला वाहुनि असे घेतलें; म्हणुनि निदानीं असें
निखालस तुजला मी पुसतसें :

निष्ठा माझी काय लाविसी कसा?
की मज पिळिसी रुचि चढवाया रसा?

किंवा तुझिया कृपेस नाहीं पात्रच मी लवभरी?
सोक्ष कीं मोक्ष बोल लौकरी!

■

४४. फार दिवसांनी भेट

जाति : पादाकुलक
(चाल : इस तनधनकी कोन बढाई)

बहुतां दिवशीं भेट जाहली
प्रणयासिंधुला भरती आली! ध्रु.

आलिंगन दृढ देतां आला
उभयीं हृदयीं त्वरित उमाळा;
नावरून तो रमणीनयनीं
बाष्पें आलीं ऊन होउनी

गलित शीर्ष निज पतिच्या हृदयीं
ठेवुनि रडली ती त्या समयीं;
तोहि उसासे टाकित, तिजला
चुम्बित, गाळूं टिपें लागला!

उभयाश्रुजलें मिसळुनि गेलीं
बहुतां दिवशीं भेट जाहली!
वियोगसमयीं झालें त्यांचें
म्लान रूप जें परस्परांचें-

ध्यानीं येतां, प्रेमग्रंथि
त्यांची झाली अधिकचि दृढ ती;
कालें आणिक कष्टदशेनें
क्षीणत्वाला होतें जाणें

सगळ्यांचेंही, परी प्रीतिचा
जोम वाढतो उलटा साचा!
कुरवाळित अन्योन्यां ठेलीं!
बहुतां दिवशीं भेट जाहली!

किती वेळपर्यंत तयांना
कांहीं केल्याही वदवेना;
'प्रिये लाडके!'-'जिवलग नाथा!'
हें रव वदली मग उत्सुकता

फुटकळ वाक्यें मग दोघांहीं
परस्परां जीं म्हटलीं कांहीं,
भाव त्यांतला कीं- नच व्हावा
वियोग फिरुनी, किंवा यावा

मृत्युच दोघां त्याच सुवेळीं,
जधीं बहु दिनीं भेट जाहली!

■

४५. नवा शिपाई

जाति : हरिभगिनी

नव्या मनूंतिल नव्या दमाचा शूर शिपाई आहें
कोण मला वठणीला आणूं शकतो तें मी पाहें!
ब्राह्मण नाहीं, हिंदुहि नाहीं, न मी एक पंथाचा,
तेच पतित की जें आंखडिती प्रदेश साकल्याचा!

खादाड असे माझी भूक
चतकोरानें मला न सूख
कूपांतिल मी नच मंडूक
मळ्यास माझ्या कुंपण पडणें अगदीं न मला साहे
कोण मला वठणीला आणूं शकतो तें मी पाहें!

जिकडे जावें तिकडे माझीं भावंडें आहेत
सर्वत्र खुणा माझ्या घरच्या मजला दिसताहेत
कोठेंही जा- पायांखाली तृणावृता भू दिसते
कोठेंही जा- डोईवरतें दिसतें नीलांबर तें

सांवलींत गोजिरीं मुलें
उन्हांत दिसती गोड फुलें
बघतां मन हर्षून डुले
तीं माझीं, मी त्यांचा- एकच ओघ अम्हांतुनि वाहे
नव्या मनूंतिल नव्या दमाचा शूर शिपाई आहे!

पूजितसें मी कवणाला?- तर मी पूजीं अपुल्याला
आपल्यामध्यें विश्व पाहुनी पूजीं मी विश्वाला
'मी' हा शब्दच मजला नलगे; संपुष्टीं हें लोक
आणुनि तो, निजशिरीं ओढिती अनर्थ भलते देख!

लहान-मोठे मज न कळे
साधु-अधम हें द्वयहि गळे

दूर-जवळ हा भाव पळे
सर्वच मोठें-साधु-जवळ, त्या सकलीं मी भरुनी राहें
कोण मला वठणीला आणूं शकतो तें मी पाहें!

हलवा करितां तिळावर जसें कण चढती पाकाचे
अहंस्फूर्तिच्या केंद्राभवते वेष्टन तेंवि जडाचें
आंत समचि निर्गुण तिलक, वरी सदृश सगुण तो पाक
परि अन्यां बोचाया धरितो कांटे कीं प्रत्येक!

अशी स्थिती ही असे जनीं!
कलह कसा जाइल मिटुनी?
चिंता वागे हीच मनीं
शांतीचें साम्राज्य स्थापूं बघत काळ जो आहे,
प्रेषित त्यांचा नव्या दमाचा शूर शिपाई आहें!

■

४६. पद्यपंक्ति

जाति : बालानंद

(पहिल्या दोन ओळी पादाकुलकांत आहेत.)

आम्ही नव्हतों अमुचे बाप,
उगाच कां मग पश्चात्ताप?
आसवें न आणूं नयनीं
मरून जाऊं एक दिनीं!

अमुचा पेला दुःखाचा
डोळे मिटुनी प्यायाचा
पितां बुडाशीं गाळ दिसे,
त्या अनुभव हें नांव असे
फेकुनि द्या तो जगावरी
अमृत होउ तो कुणा तरी!

जें शिकलों शाळेमाजी,
अध्याहृत ही टीप तया :
'द्वितीय पुरुषीं हें योजीं,
प्रथम पुरुष तो सोडुनियां!'

■

४७. प्रणयकथन

जाति : साकी

(गीतरचनेचा प्रयोग. त्यामुळें ध्रुपद व प्रत्येक कडव्याचा शेवटचा चरण निराळा.)

म्हण मला आपला 'प्रिय-जिवलग' हें मधुरे!
वद असे मजवरी प्रेम तुझें गे तारे! जिवलगे! ध्रु.

जें वाटे तें वदण्याहुनि तदनुरूप बरवें करणें,
सुज्ञ सांगती व्यवहारी हा नियम निज मनीं धरणें;
शहाणपण हें लौकिक सखये गुंडाळुनि तूं ठेवी
क्षणभर त्याच्या विरुद्ध मजला निजवर्तन तूं दावीं
म्हण मला आपला 'प्रिय-जिवलग' हें मधुरे!

हारतुरे हे मजकरितां तूं असती सुंदर केले
अगरूची ही उटी सुवासिक सिद्ध असे या वेळे
यावरुनि जरी शंका न उरे मला तुझ्या प्रणयाची
तरीहि वेड्यापरि मी तुजला तसें वदाया याचीं!
म्हण मला आपला 'प्रिय-जिवलग' हें मधुरे!

व्यवहाराची काय कसोटी प्रीतीला लावावी?
प्रीतीपुढती सुज्ञपणाची काय थोरवी गावी?
विसर विसर तूं व्यवहाराला विसरहि सुज्ञपणाला
आणिक वेडी होउनि वद जें व्हावें या वेड्याला!
म्हण मला आपला 'प्रिय-जिवलग' हें मधुरे!

जलाशयाला झरी मिळाया असतां जात, तयाला
निज मंजु रवें न काय वितरी ती अपुल्या प्रणयाला?
नदी निधीला भेटायाला जातां ती वेगानें
काय बरें स्वप्रिया कथाया गाते खळखळ गाणें?
म्हण मला आपला 'प्रिय-जिवलग' हें मधुरे!

सागरलहरी किनाऱ्यास घे वळघे आलिंगाया
किति निस्सीम प्रेमघोष तें करिते वद समयीं त्या?
हवा गिरीशीं रमावयाला त्वरित गतीनें धांवे
प्रणयकथन तें तीचें तुझिया श्रवणां काय न ठावें?
म्हण मला आपला 'प्रिय-जिवलग' हें मधुरे!

सांगितल्या या प्रणयवतींचें वळण तुवांही घ्यावें
मौन असें हें काय म्हणुनि तूं वद गे स्वीकारावें?
ताम्बूल असो, मधुपर्क असो, असो पुष्पशय्याही
येइल तुझिया आशयास का पुरी व्यक्तता यांहीं?
म्हण मला आपला 'प्रिय-जिवलग' हें मधुरे!

जड हस्तांच्या मर्यादित या कृतींमधें पर्याप्ति
जडातीत त्या मनोगताची कशी बरें व्हावी ती?
शुक्तिपुटीं जर समाविष्ट तो रत्नाकर होईल
उपचारीं निस्सीम प्रीतिही पुरती समजावेल!
म्हण मला आपला 'प्रिय-जिवलग' हें मधुरे!

स्वाभिप्राया विदित कराया एकच साधन मोठें-
जिव्हाग्रीं तें; पहा विचारुनि मनीं खरें कीं खोटें?
दो हृदयांच्या संगमसमयीं कसल्या लौकिकरीति-
घेउंनि बससी! सोड लाडके मर्यादेची स्फीति!
विसर तर झणीं व्यवहाराला, विसर शहाणपणाला
आणिक वेडी होउनि वद जें व्हावें या वेड्याला!
म्हण मला आपला 'प्रिय-जिवलग' हें मधुरे
वद असे मजवरी प्रेम तुझें गे तारे!

■

४८. नैर्ऋत्येकडील वारा

वृत्त : शार्दूलविक्रीडित

जें जें वात नभांत या विचरती पुण्यप्रदेशावरी,
नैर्ऋत्येकडला तयांत वितरी सौख्यास या अंतरीं;
येतां तो मम चित्त हें विसरुनी प्रत्यक्ष वस्तूंप्रति,
आर्धोन्मीलित लोचनीं अनुभवी स्वप्नस्थिती मागुती!

तो वारा मम जन्मभूमिवरुनी येतो जवें वाहत,
हें माझ्या हृदयांत येऊनि सवें मी ठाकलों चिन्तित;
माझ्या जन्मधरेचिया मग मनीं रूपास मी आणितों
तीचे डोंगर उंच खोलहि नद्या डोळ्यांपुढें पाहतों

मोठे उच्च, शिला किती पसरल्या सर्वत्र ज्यांच्यावरी,
तुंगे तीं शिरलीं यदीय शिखरें तैशीं नभाभीतरीं,
आस्वर्गात् चढती सदोदित महात्म्यांची जशीं मानसें,
या दृष्टीपुढते पुनः बघतसें अद्रीय तें हो असे!

ज्यांच्या रम्य तटांवरी पसरल्या झाड्या किती सुन्दर,
ज्यांच्या थोर शिलांतुनी धबधबा जाती तसें निर्झर
वाणीचे कविदुर्दशांमधुनिया तें ओघ यावे जसें;-
या दृष्टीपुढते पुनः बघतसें अद्रीय तें हो असे!

त्यांचे उंच शिरांवरी विलसती किल्ले मराठी जुने,
देवी पालक त्यांतल्या मज पुनः धिक्कारिती भाषणें!-
'कोठे पूर्वज वीर धीर तव! तूं कोणीकडे पामरा!
ये येथें इतिहासपत्र पडकें वाचूनि पाहीं जरा!'

जागोजाग विराजती चलजलें पाटस्थलें तीं किती
केळी, नारळि, पोफळी, फणस तें, आंबे तिथें शोभती
पक्षी त्यांवरुनी नितान्त करिती तें आपुलें कूजित
स्वप्नीं हें बघतां फिरूनि, मन हें होतें समुत्कण्ठित!

जागोजागहि दाटल्या निबिड कीं त्या राहट्या रानटी

तें पाईरहि, खैर, किंजळ, तिथें आईनही वाढती
वेली थोर इतस्तत: पसरुनी जातात गुंतून रे
चेष्ट त्यांमधुनी यथेष्ट करिती नानापरी वानरें!

जन्मस्थान मदीय सुन्दर असे त्या माल्यकूटांतल्या
आनन्दें वनदेवता मधुर जीं गानें भलीं गाइल्या
मज्जन्मावसरास, तीं पवन हा वेगें महा तेथुनी
मातें पोचवितो, तयां अपुलिया पंखांवरी वाहुनी!

'गाऊं या! हृदयांत या अमुचिया प्रीती असे दाटली!
गाऊं या! हृदयांत या अमुचिया कां स्फूर्ति ही वाढली?
वाग्देवीसुत जन्मला अपुलिया ग्रामांत; यालागुनी
जैजैकार करा, सुरां परिसवा हा मंगलाचा ध्वनि!'

वेगाने जगदुद्धरानदिचिया तीरांहुनी वात तो
आशीर्वाद मदीय तातजननी यांचे मला आणितो;
वात्सल्यास तयांचिया परिसुनी माझ्या मनीं येतसे—
'तान्हा बाळचि राहतों, तर किती तें गोड होतें असें!'

आईच्या नयनांत नित्य मग मी स्वर्गास या पाहतों
तातांकावरि नित्य मी मग जगद्राज्यासना भावितों
कां हो यापरि वाढलों फुकट मी? हा-हंत! मी नष्ट हा
तान्हा बाळचि राहतों, तर किती तें गोड होते अहा!

जन्मा येउनि मी उगा शिणविलें आई! तुला हाय गे!
ताता! भागविलें तुला फुकट मीं मत्पोषणीं हाय रे!
वार्धक्यीं सुख राहिलें, विसरणें तुम्हांस कोणीकडे!
झालों कष्टद मात्र-या मम शिरीं कां वीज ती ना पडे?

पुष्पें वेचित आणि गोड सुफलें चाखीत बागांतुनी
जेथें हिंडत शैशवीं विहरलों निश्चिन्त मी, तेथुनी
हा वारा ममताप्रसाद मजला आजोळचा आणितो;
चित्तीं विव्हल होतसें स्मरुनि, मी मातामहां वन्दितों!

बन्धूचींहि मला तशीं पवन हा आशीर्वचें आणितो
चिंताग्रस्त तदीय पाहुनि मुखा अश्रूंस मी गाळितों!
भाऊ रे! तुजलागि लाविन कधी मी हातभारा निज?

तूतें सेवुनि मी सुखें मग कधीं घेईन का रे निज?

श्वासांहीं लिहिलीं, विराम दिसती ज्यामाजि बाष्पीय तें,
प्रीतीचें बरवें समर्थन असे संस्पृह्य ज्यामाजि तें,
कांतेची असलीं मला पवन हा पत्रें अतां देतसे
डोळे झांकुनि वाचितां त्वरित तीं सम्मूढ मी होतसें!

आतां प्रेमळ तीं पुन: परिसतों थोडीं तिचीं भाषणें
चित्तीं आणुनि मी तिला अनुभवीं गोडीं तिचीं चुम्बनें!
ओठां हालवितां न मी वदतसें मागील संवाद तो
मी काल क्रमुनी असा, जड जगा काडीवजा लेखितों!

नाहीं चैन तुला मुळीं पडत ना माझ्याविना मत्प्रिये?
तूतें आठविल्याविना दिवसही माझा न जाई सये!
केव्हां येतिल तीं दिनें न करण्या ताटातुटी आपुली?
केव्हां त्या रजनी?- जियांत विसरूं मीतूंपणाला मुळीं!

माझ्या जन्मधरेपुढें दिसतसे वार्राशि विस्तीर्ण तो
त्याचें रम्य तरंगताण्डव पुन: पाहूनि आल्हादतों
जें हृद्रम्य तरंगताण्डव मला तैशापरी वाटतें,
अज्ञेयावरती जसें क्षणिक हें अस्तित्व हो खेळतें!

या अब्धीवरतूनि जात असतां बाल्यांत नौकेंतुनी
गाणीं जीं म्हटलीं मला निजविण्या वारिस्थ देवीगणीं,
त्यांचे सूर अतां अलौकिक असे जें वात हा आणितो
तें ऐकून अहा! सुषुप्ति चिर ती घ्यायास मी इच्छितों!

प्रीति या जगतांत कंटकयुता ही एक वल्ली असे
शूलारोपणयूप त्यावरिल ही कीर्तिध्वजा कीं दिसे
तेव्हां या जगतीं नकोत मजला तें भोग भोगायला
वाटे नाटक शोकसंकुल असें जीवित्व हें याजला!

देवी सागरिका! तुम्हीं तर अतां तीं गायनें गाइजे
त्यांच्या धुंद अफूगुणें किरकिऱ्या बाळास या आणिजें
निद्रा दीर्घ- जिच्यामधीं न कसलीं स्वप्नें कधी येतिल
ती निद्रा निजतां न मन्नयन हें ओले मुळीं होतिल!

■

४९. निशाणाची प्रशंसा

जाति : दोहा

तुज जरि करिती काठीला लावुनियां पटखंड
तरि तुजमध्यें वसत असे सामर्थ्य बा उदंड!

कोण नेतसे समरास सांग बरें रणधीर,
माराया कीं मरावया कृतनिश्चय तें वीर?

शूरशिरांवरि धीटपणें युद्धाच्या गर्दीत
कोण नाचतें फडकत रे स्फुरण त्यांस आणीत?

तारूं पसरुनि अवजारें भेदित सिंधू जाय
तच्छिखरीं तत्साहस तूं मूर्त न दिसशी काय?

उंच उंच देवायतनें भव्य राजवाडे
तुंग दुर्गही शिरीं तुला धरिताती कोडें!

भक्ति जिथें, दिव्यत्व जिथें, जेथें उत्सव फार
तेथें तेथें दिसे तुझा प्रोत्साहक आकार!

वीर्य जिथें, ऐश्वर्य जिथें, जेथें जयजयकार
उंचावर तेथें तेथें दिसे तुझा आकार!

म्हणून मानवचित्ताची उंचावर जी धाव,
तीचें चिन्हच तूं, तुजला निशाण सार्थच नांव!

मिळमिळीत ज्याची कविता न असे रंडागीत,
खचित जडेलचि त्या कविची तुझ्यावरी रे प्रीत!

संसार मी समर गणीं; उचलुनि म्हणुनि निशाण,
साद घालितों- 'योद्धे हो! झटुनि, भिडुनि द्या प्राण!'

■

५०. वातचक्र

जाति : श्यामाराणी

पर्जन्याचे दिवस उलगले
थंडीचेही बरेच गेले
पिके निघालीं, कारण नुरलें
सोसाट्यानें वहावयाचें; म्हणुनि मरुद्‌गण खेळांत-
मग्न होउनी चक्रावरती
आरोहुनि, सांप्रत हें जाती
गर गर गर गर भर भर एका निमिषामध्यें गगनांत!
धूलीचे कण असंख्य उठती
पक्ष्यांचे पर तयांत मिळती
गवताच्या त्या काड्याहि किती
थंडीनें गळलेलीं पर्णें जीर्णें उडतीही त्यांत;
सृष्टीचा हा कसा भोंवरा
फिरतो आहे पहा भरारां!
गर गर गर गर धरणीपासुनि चढत असे तो गगनांत!
वाग्देवी गे! दे शब्दांतें
भोंवऱ्यांत या फेंकुनि, त्यांतें
जरा जाउं दे निजधामातें
नरें मळविलें अहह! तेज तें पूर्वी होतें जें त्यांत!
म्हणुनी शाप न आतां मारी
आशीर्वचहि न आतां तारी
तर गर गर गर त्यांस चढूं दे ताजे व्हाया स्वर्गांत!
मींहि कशाला येथें रहावें?
काय असे ज्या मीं चिकटावें?
वाटे गिरक्या घेत मिळावें-
या पवनाच्या चक्रीं, होउनि लीन सच्चिदानंदांत!
जगद्द्रुमाचें पिकलें पर्ण
गलित असें मी अगदी जीर्ण
तर भर भर भर उडूं द्या मला शब्दांसंगें स्वर्गांत!

■

५१. सतारीचे बोल

जाति : पादाकुलक

काळोखाची रजनी होती
हृदयीं भरल्या होत्या खंती
अंधारांतचि गढलें सारें
लक्ष्य, न लक्षी वरचे तारे!
विमनस्कपणें स्वपदें उचलित,
रस्त्यातुनि मी होतों हिंडत;
एक खिडकींतुनि सूर तदा
पडले- दिड दा, दिड दा, दिड दा!

जड हृदयीं जग जड हें याचा,
प्रत्यय होता प्रकटत साचा;
जड तें खोटें हें मात्र कसें
तें न कळे; मज जडलेंच पिसें!
काय करावें, कोठें जावें,
नुमजे मजला कीं विष खावें!
मग मज कैसे रुचतील वदा
ध्वनि तें- दिड दा, दिड दा, दिड दा?

सोसाट्याचें वादळ येतें
तरि तें तेव्हां मज मानवतें;
भुतें भोंवतीं जरि आरडतीं
तरि तीं खचितचि मज आवडतीं!
कारण आंतिल विषण्ण वृत्ती
बाह्य भैरवी धरिते प्रीती;
सहज कसे तिज करणार फिदा
रव तें- दिड दा, दिड दा, दिड दा?

ऐकुनि तें मज जो त्वेष चढे,
त्यासरशीं त्या गवाक्षाकडे

मूठ वळुनि मीं हात हिसकिला;
पुटपुटलोंही अपशब्दांला;
म्हटलें- 'आटप, आटप, मूर्खा!'
सतार फोडुनि टाकसी न कां?
पिरपिर कसली खुशालचन्दा!
करिसी- दिड दा, दिड दा, दिड दा!'

सरलों पुढता चार पावलें
तों मज न कळे काय जाहलें!
रुष्ट जरी मी सतारीवरी
गति मम वळली तरि माघारी;
ध्वनिजालीं त्या जणू गुंतलों
असा स्ववशता विसरुनि बसलों-
एका ओट्यावरी स्थिर तदा
ऐकत- दिड दा, दिड दा, दिड दा!

तेथे कोंपरें अंकीं टेंकुनि
करांजलीला मस्तक देउनि
बसलों, इतुक्यामाजी करुणा-
रसपूर्ण गति माझ्या श्रवणां
आकर्षुनि घे; हृदय निवालें,
तन्मय झालें, द्रवलें; आलें-
लोचनांतुनी तोय कितिकदा
ऐकत असतां- दिड दा, दिड दा!

स्कन्धीं माझ्या हात ठेवुनी
आश्वासी मज गमलें कोणी;
म्हणे- 'खेद कां इतुका करिसी?
जिवास कां बा असा त्राससी?
धीर धरीं रे!- धैर्यापोटीं
असतीं मोठीं फळें गोमटीं!
ऐक, मनींच्या हरितील गदा
ध्वनि हें- दिड दा, दिड दा, दिड दा!'

आशाप्रेरक निघूं लागले

सूर, तधी मीं डोळे पुशिले;
वरती मग मीं नजर फिरविली
नक्षत्रें तों अगणित दिसलीं!
अस्तित्वाची त्यांच्या नव्हती
हा वेळवरी दादच मज ती!
'तम अल्प-द्युति बहु' या शब्दां
वदती रव तें- दिड दा, दिड दा!

वाद्यांतुनि त्या निघती नंतर
उदात्ततेचे पोषक सुस्वर;
तों मज गमलें विभूति माझी
स्फुरत पसरली विश्वामाजी;
दिक्कालांसहि अतीत झालों
उगमीं विलयीं अनन्त उरलों!
विसरुनि गेलों अखिलां भेदां
असतां दिड दा, दिड दा!

प्रेमरसाचे गोड बोल तें
वाद्य लागतां बोलायातें,
भुललों देखुनि सकलहि सुन्दर!
सुरांगना तों नाचति भूवर
स्वर्ग धरेला चुम्बायाला
खाली लवला, मजला गमला
अशा वितरिती अत्यानंदा
ध्वनि तें- दिड दा, दिड दा, दिड दा!

शान्त वाजली गती शेवटीं,
शान्त धरित्री, शान्त निशा ती,
शान्तच वारे, शान्तच तारे,
शान्तच हृदयीं झाले सारे!
असा सुखें मी सदना आलों
शान्तींत अहा! झोंपीं गेलों;
बोल बोललों परी कितिकदा
स्वप्नीं दिड दा, दिड दा, दिड दा!

■

५२. कोणीकडून? कोणीकडे?

जाति : कालचक्र

कोणीकडून? कोणीकडे?
इकडुनि तिकडे, म्हणती गडे;
येथुनि तेथें, मागुति पुढें,
हें तर नित्यच कानीं पडे;
पण समाधान का कधीं तयानें घडे?
जिवलगे!

कोणीकडे गं?- कोणीकडून?
तिमिरामधेंच तिमिरामधून;
घडीभर पडे मध्येंच ऊन
अभ्रीं तेंही जातें उडून,
हृदय हें उले त्यामुळें निराशा जडून!
जिवलगे!

भोगांचीं अवशिष्टें तुसें
घशांत खुपतीं, लागे पिसें;
मागें पुढें न कांहीं दिसे,
संशयडोहीं नौका फसे
मग वदे- हरे राम! रे, करावें कसें?
जिवलगे!

गोत्यांत अशा आलों कुठून?
कोठें जाईन कैसा सुटून?-
असें विचारी जेव्हां झटून,
भ्रमबुद्‌बुद् तो जातो फुटून;
मग अहा! विभिन्नच दिसे दृष्टि पालटून!
जिवलगे!

शून्य म्हणूं जें मागें पुढें,
त्यांतुनि दीप्ती दृष्टी पडे,
मधला उजेड तिमिरीं दडे;
निजधामाहुनि आलों, गडे,
तर ऋणें फेड, चल सुखें स्वधामाकडे!
जिवलगे!

■

५३. फुलपांखरूं

जाति : अंजनी

(शेवटचा श्लोक वसंततिलका वृत्तांत आहे.)

जेथें हिरवळ फार विलसते,
लताद्रुमांची शोभा दिसते
तेथें फुलपांखरूं पहा हें
सुंदर बागडतें!

कालिकांवरुनी, पुष्पांवरुनी,
गन्धयुक्त अवकाशामधुनी,
पुष्परागा सेवित हिंडे
मोदभरें करुनी!

तरल कल्पना जशी कवीची,
सुंदर विषयांवरुनी साची
भ्रमण करी, गति तशीच वाटे
फूलपांखराची!

वा मुग्धेची जैशी वृत्ति
पतिसहवासस्वप्नांवरती
विचरे फुलपांखराची तशी
हालचालही ती!

निर्वेधपणें इकडे तिकडे
वनश्रींतुनी अहा! बागडे
त्याचा हेवा हृदयीं उपजुनि
मन होई वेडें!

तिमिरीं आम्ही नित्य रखडणें
विवंचनांतचि जिणें कंठणें
पुष्पपतंगस्थिति ही कोठुनि
आम्हांला मिळणें?

असा यास का चिन्ता कांहीं
यास 'उद्यां'चा विचार नाहीं
अकालींच जो आम्हां न्याया
मृत्युमुखीं पाहीं!

बहु सौख्याची कुसुमित सृष्टि,
तींत वसे हें, न कधीं कष्टी
ग्रीष्माचे खर रूप विलोकी
नच याची दृष्टि!

'सर्व विनाशी असती प्राणी'
ही मज खोटी वाटे वाणी;
फुलपांखरूं-मरण पाहिलें
आहे का कोणी?

जें रम्य तें बघुनिया मज वेड लागे
गाणें मनांत मग होय सर्वेचि जागें
गातों म्हणून कवनीं फुलपांखरातें
व्हायास सौख्य मम खिन्न अशा मनातें!

■

५४. दिवाळी

वृत्त : शार्दूलविक्रीडित

विश्वेशें करुनी कृपा सकरुणें दुष्काळदैत्यावरी
पर्जन्यास्त्र नियोजुनी, पळविलीं आहेत दुःखें दुरी
आतां मंगल पातले दिवसही दीपोत्सवाचे भले
गाणें सुस्वर पाहिजें तर तुवां हे शारदे! गाइलें

दीनें ज्यांविण वाटतात सुदिनें साऱ्याहि वर्षांतलीं
नांवाने जरि दुर्दिनें, सुखद जीं होतीं पुढें चांगलीं;
तीं येऊन बरींच, वृष्टि करुनी त्यांहीं दिली भूवरी
तेणें सांप्रत पाहतां दिसतसे सृष्टी अहा साजिरी!

सस्यांचा बरवा अनर्घ्य हिरवा शालू असे नेसली
जाईची जुइची गळां धरितसे जी रम्य पुष्पावली,
ती भाळीं तिलकांकिता शशिमुखी आतां शरत्सुन्दरी
माथां लेवुनि केवडा विचरते घेउनि पद्में करीं!

जो गोपाळ गमे प्रभातसमयीं गाई वनीं चारितां,
वाटे रव्युदयीं नदीवर मुनी अर्घ्यांस जो अर्पितां,
जो भासे दिवसां कृषीवल शिरीं खोवूनियां लोंबरें,
तो आतां ऋतु शारदीय बहुधा शेतांतुनी संचरे

राजा जो धनधान्यदायक असे साचा कुबेरापरी,
त्या श्रीमंडित शारदीय ऋतुची राणी दिवाळी खरी;
रूपैश्वर्यगुणाढ्य ती जवळ ये; द्याया तिला स्वागता
सारेही शुभ योजनांत गढले- कांहीं नुरो न्यूनता!

भिंती रंगविल्या नव्या फिरुनिया, केलीं नवीं आंगणें,
वीथी झाडुनि, रान काढुनि दिसे सर्वत्र केराविणें
दारीं उंच दिले दिवे चढवुनी, हंड्या घरीं लाविल्या
लोकीं शक्त्यनुरूप आत्मसदनीं भूषा नव्या जोडिल्या

बाजारात जमाव फार मिळुनी गर्दी उडाली असे
गन्ध्याला निजसंग्रहास विकितां विश्राम कांहीं नसे
उंची कापड, दागिने सुबकही, मेवे, फटाके चिनी,
यांचा विक्रय होतसे धडकुनी वस्तु न चाले जुनी!

माहेराप्रत कन्यका स्मितमुखी उत्कण्ठिता पातल्या
त्या मातापितरां सहर्ष दुहिता, भावां स्वसा भेटल्या
आले साम्प्रत भेटण्यास वडिलां दूरस्थ तें पुत्रही
सोहाळे श्वशुरालयीं अनुभवूं आले नवे जांवई!

बाळांहीं निजपुस्तकांस अवघ्या आहे दिलेली रजा
कांहीं काढुनि खेळ नाचुनि मुलें तीं मारिताती मजा
तों गेहांमधुनी खमंग निघुनी ये वास, तेणें उगी
तीं होऊन, हळूच आंत शिरती; -'दे माउली वानगी!'

आता भौमचतुर्दशी पुढलिया वारीं असे पातली
तों रात्रीं निजतां वनी छबुकली मातेप्रती बोलली-
'माला आइ उथीव लौकल बलं, अंगास मी लाविन
दादाच्या, म्हनुनी गले! उथव तूं हांका मला मालुन!'

सारेही पहिल्या दिनीं उठुनियां मोठ्या पहाटे जन
स्नानें मंगल लौकरी उरकिती सौगन्धिकें चर्चुन;
ज्या ठायीं असती दिवाळसण तें, तेथून वाद्यें पहा
निद्रेंतून दिवाळिला उठविण्या तीं वाजताती अहा!

त्यांच्या मंजुरवें न जागृत झणीं होईल ती वाटलें
यालागीं शिलगावुनी जणुं गमे देती फटाके मुलें
'ठो ठो' आणिक 'फाड फाड' उठती तों नाद अभ्यंतरीं,
त्यांही सत्वर जाहली हंसत ती जागी दिवाळी पुरी!

रांगोळ्या रमणीय काढुनि पहा, त्या मांडल्या पंगती!
पक्वान्नें कदलीदलांवरि अहा! नेत्रांस संपोषिती
पाटांच्या मधुनी जलार्थ असती पात्रें रुप्याचीं, तिथें
नेसूनी जन मोलवान वसनें होतात की बैसते

घेऊनी घृत, दुग्ध तें, विपुल तें गोधूमही, साखर

प्रेमानें महिलाजनीं बनविलीं खाद्यें किती सुन्दर
त्यांची साम्प्रत रेलचेल अगदी पात्रांत जी होतसे,
तुष्टी आणिक पुष्टि ती वितरुनी प्रीती दुणावीतसे

रांगोळ्या दिसती प्रदोषसमयीं दारापुढें काढिल्या
दीपांच्या सदनापुढें उजळुनी पंक्ती तशा लाविल्या
त्यांच्या ज्योति असंख्य बघुनियां वाटे असें अन्तरीं :
तारा या गगनांतुनी उतरल्या कीं काय भूमीवरी!

बाळें सर्व फटाकड्या उडविती चित्तांत आनन्दुनी
जाडे बारहि लाविती, धडधडा त्यांचा उठे तो ध्वनी
मोठे बाणहि, चन्द्रज्योति मधुनी, त्या फूलबाज्या, नळे,
दारूकाम असे अनेकविध तें दृष्टी पडे, लाविलें

लक्ष्मीपूजन तें द्वितीय दिवशीं रात्रौ जधीं होतसे,
सोनें आणि वह्या धनीजन तधीं मांडून अर्चीतसे;
साध्याला विसरून लोक धरिती भक्ती कसे साधनीं-
ये हा आशय अर्थहीन कविच्या चित्तांत तें पाहुनी!

आता भार नसे कुणास, पण तो शिंक्यास भारी असे!
हातां काम नसे, परन्तु पडतें तोंडास तें फारसें!
कोणा मार नसे, तरी पण शिरीं तो सोंगट्यांच्या बसे!
कोणा त्रास नसे, परन्तु नयनां तो जागरें होतसे!

भ्राते तें भगिनीगृहाप्रत सुखें जाती बिजेचे दिनीं
त्यांचा बेत सुरेख ठेवुनि तयां ओंवाळिती भामिनी
तेही त्यांस उदार होउनि मनीं ओवाळणी घालिती
प्रेमग्रंथिस दार्ढ्य बंधुभगिनी या वासरीं आणिती

खाणें आणि पिणें, विनोद करणें, गाणेंहि वा खेळणें
जैसें ज्यांस रुचेल त्यापरि तुम्हीं या उत्सवीं वागणें;
मी सन्ध्यासमयीं खुशाल गिरणातीरावरी बैसुनी
कालक्षेप करीन उन्मन असा वेड्यापरी गाउनी!

■

५५. म्हातारी

जाति : चंद्रकला

घेउनि हृदयाशीं सुतेला, स्थित मी दाराशीं
म्हातारी आली तरंगत, मुलगीला दिसली
हात पुढें केले धराया तिला तिनें अपुले
तिच्या शिरावरुनी तधीं ती गिरक्या घे उडुनी
हसत वरी करुनी हात, ती धरूं झटे फिरुनी
त्या चलनें वरती उडाली म्हातारी परती
खिदळत तें बघतां उडाया पाहीं मम दुहिता!
दडपण संसृतिचें निघालें मम चित्तावरचें
मन्मनही लागे तरंगूं म्हातारीसंगें!
वारा तों तिजला लागला दूरच न्यायाला
चुम्बुनि वत्सेला
वदें मी मग म्हातारीला-
'थांब, थांब! जाशी अशी कां? फिर ये गे मजशीं
वयस्कता माझी म्हणुनि जर करिसी इतराजी
तर माझी सोनी पाहुनी, ये गे परतोनी
तुजला पाहूं दे तियेला, खिदळत राहूं दे
मज वय विसरूं दे मुग्ध मधु-बाल्यीं उतरूं दे!
तें दिन पुष्पांचे कोवळ्या किरणीं खेळाचे
हें दिन-हाय!—
हें दिन चिन्तांचे परंतू लटिकें हसण्याचे!
हे दिन... जाऊं दे!
मला तुज गाणें गाऊं दे
म्हणती म्हातारी तुज, कधीं होतिस तरुण परी?
तव जनि मृति न दिसे अजामर रूप तुझें भासे!
कोठूनि तूं येशी न वदवे, कोठें तूं जाशी
स्वैरपणें भ्रमसी
यदृच्छा मूर्तच तूं गमसी!

येशी तूं का गे यक्षिणीकुंजांतुनि? सांगें
कैशा वागुनियां मिळविती अक्षय यौवन त्या?
झिजवित नित्य जिणें तयांला पडतें का मरणें?
वद त्यांची रीती
घ्यावया आम्ही लागूं ती
वा गन्धर्वांचें विमानच सूक्ष्मरूप साचें
वद असशी का तूं तरंगत वातावरणांतून?
सूक्ष्म देह धरुनी असति का तुजवरि तें बसुनी?
दिव्य असें गाणें गात तें असतिल सौख्यानें
तें मज पाप्याला कशाचें ये ऐकायाला!
परि मम वत्सेतें गमे तें परिसाया मिळतें
म्हणुनिच उल्हासें
अशी ही वेडावुनि हासे!
अज्ञातामधला मूर्त तूं गमसी ध्वनि मजला;
अर्थ तुझा कोण मला तो देइल सांगोन?
कळेल जर मज तो तर जगीं भरला जो दिसतो-
मी तो अंधार
लोपवूं झटेन साचार!
खपुष्प तूं असशी काय गे- सांगुन दे मजसी
तुझे रंग वास न कळती मर्त्य मानवास
जर तें कळतील तर इथे स्वर्गच होईल!
मग तुज धरण्यातें
मुलांपरि मोठे झटतिल तें!
स्वरूप सत्य तुझें मुळींही तें मजला नुमजे
तरी तुझ्या ठायीं वसतसे अद्‌भुत तें कांहीं
प्रत्यक्षांतुनि तें परोक्षीं शीघ्र मला नेतें
तेथें स्वच्छंदें विचरतां मोद मनीं कोंदें
मग गणमात्रांतें
जोडणें केशवपुत्रातें!

■

५६. आम्ही कोण?

वृत्त : शार्दूलविक्रीडित

(सुनीत)

आम्ही कोण म्हणूनि काय पुससी? आम्ही असूं लाडके
देवाचे, दिधलें असे जग तयें आम्हांस खेळावया
विश्वीं या प्रतिभाबलें विचरतों चोहींकडे लीलया
दिक्कालांतुनि आरपार अमुची दृष्टी पहाया शके!

सारेही बडिवार येथिल पहा! आम्हांपुढें ते फिके
पाणिस्पर्शच आमुचा शकतसे वस्तूंप्रती द्यावया-
सौंदर्यातिशया, अशी वसतसे जादू करांमाजि या
फोलें पाखडितां तुम्ही, निवडितों तें सत्त्व आम्ही निकें!

शून्यामाजि वसाहती वसविल्या कोणीं सुरांच्या बरें?
पृथ्वीला सुरलोकसाम्य झटती आणावया कोण तें?
तें आम्हीच, सुधा कृतींमधुनिया ज्यांच्या सदा पाझरे
तें आम्हीच शरण्य, मंगल तुम्हां ज्यांपासुनी लाभतें!

आम्हांला वगळा- गतप्रभ झणीं होतील तारांगणे
आम्हांला वगळा- विकेल कवडीमोलावरी हें जिणें!

■

५७. घुबड

जाति : श्यामाराणी

(एडगर पो याच्या 'रेव्हन' या अप्रतिम काव्याची मुख्य कल्पना या चुटक्याच्या आधारास घेतली आहे.)

श्यामा राणी गभीर रजनी,
अलंकृता जी नक्षत्रगणीं,
वेत्र आपुलें उंच धरोनी
बसुनी राज्यासनीं दरारा दावित आहे जों फार,

समोरच्या चिंचेवरुनी तों
घुबड तियेचा बंदीजन तो
घूघू घूघू- महिमा तीचा वर्णी करुनी घूत्कार!

कवी आपुल्या खिडकीमधुनी
बाहेर बघे शून्य लोचनीं-
स्तब्धत्व जनीं, स्तब्धत्व वनीं,
मनींहि दयितानिधने वागे स्तब्ध निराशा अनिवार!

अवघड झाले एकलेपणें;
परि त्या तरुवरुनी घुबडानें
'ऊंहूं- मी तुज सोबत!' म्हटले, घू घू करुनी घूत्कार!

'खाशी सोबत!' कवी म्हणाला,
'माझ्या विरहव्यथित मनाला
वाटे मनुजांचा कंटाळा;
दुःख करित बैसणें आवडे, जेथें राहे अंधार!

हा मित्र मला भला मिळाला
धीर मदीय मना द्यायाला!'
'ऊंहूं-ऊंहूं!' उत्तर दिधलें त्यानें करुनी घूत्कार!

'नाहीं? धीर न देशिल काय
शोकें मी मोकलितां धाय?
ओढवलें की अदृष्ट हाय!
गुणरूपवती प्रिया निमाली! झालें सारें निस्सार!

विलाप ऐसे ऐकुनि माझें
द्रवेल काय न बा हृदय तुझें?'
'ऊंहूं-घूघू!' उत्तर बोले त्याचा भेसुर घूत्कार!

'हें अप्रतिमे! प्रिये, प्रियतमे!
तुजवीण जिणें निर्माल्य गमे!
अहह! वेढिलें असे मज तमें!
मरून तर मी, जेथ वसे ती दिवंगता दिव्याकार,

तेथ पूजिली सुरांगनांनीं
पाहिन काय न सखी स्वनयनीं?'
'ऊंहूं-ऊंहूं?' बोले निष्ठुर त्या घुबडाचा घूत्कार!

'बरें बरें! मी नरकी जाइन
घोर यातना तेथिल सोशिन
खेद न त्यांचा अगदीं मानिन
जर त्या स्थानीं वागेल मनीं कांतेचा पुण्याकार;

तेथ तियेचें घ्याया दर्शन
स्मृति मम समर्थ होइल काय न?'
'ऊंहूं-घूघू!' बोले निर्घृण त्या दगडाचा घूत्कार!

'जा, निघ येथुनि! मला रडूं दे
शोकें माझें हृदय कढूं दे!
कानीं परि तव रव न पडूं दे
जो मम खिन्न मनावरि लादी निर्विण्णपणाचा भार!

डाग न देईं मम दुःखावर
काळें कर तूं येथुनि सत्वर!'
'घूघू-ऊंहूं!' दे प्रत्युत्तर त्या अधमाचा घूत्कार!

निशीथसमयीं या अन्धारीं
वेताळाची मिरवे स्वारी
पाजळूनियां टेंभे, सारीं
भुतें नाचती भयानकपणें! चित्तीं उपजविती घोर!

नैराश्यें मज पुरें घेरिलें
खिडकीपुढुनी घुबड न हाले
घूघू! घूघू! चाले त्याचा घूघू भीषण घूत्कार!

■

५८.स्मरण आणि उत्कंठा

वृत्त : शार्दूलविक्रीडित (सुनीत)

एकान्तीं असतां घरीं तुज सखे 'हें सारिके!' बाहिलें
'हे माझे शुकराज!' हें म्हणुनि तूं मातें मिठी मारिली
'माझें जातिलते!' म्हणून तुजला मीं गाढ आलिंगिली
तों 'माझे सहकार!' हें मधुर गे तूं नाम मातें दिलें

'माझे रम्य विहारपुष्करिणी गे!' मीं तूज संबोधिलें
'माझे मानसहंस हो!' सरस हें वाणी तुझी बोलिली
'क्रीडासिंधुमधील हें मम तरी!' ही साद मीं घातिली
'माझें नाविक हो प्रवीण!' म्हणुनी मातें तुवां चुम्बिलें!

प्रीतीची सरिता उचंबळुनि त्या आसक्त संबोधनीं,
ओघामाजि तिच्या प्रिये! उभयतां तैं पावलों मज्जन!
उत्कण्ठा हृदयांत, तें स्मरुनियां संदीप्त ती होउनी,
रात्रीं या विरहें तुझ्या तळमळें हा मी अभागी जन!

घेईं ध्यास तुझा म्हणून मज दे निद्रा गडे सोडुनी
तेणें दुर्लभ गे तुझें अहह! तें स्वप्नांतही दर्शन!

■

५९. आईकरितां शोक

जाति : परिलीना

अन्तरले पाय तुझे हाय हाय माते ।।ध्रु।।
मागें तव दर्शन मजलागुनी जहालें
तदनन्तर लोटुनियां दिवस फार गेले
    फिरुनि तुझ्या चरणांतें
    उत्सुक मी बघण्यातें
    असतां, अन्तींहि न ते
दिसले कीं- अहह! पूर येत लोचनांतें!
अंतरले पाय तुझे हाय हाय माते!

फिरुनि तुझें कोठें तें तीर्थरूप पाहूं?
पादरजीं लोळुनि तव धन्य केंवि होऊं?
    जनकामागें जागृत
    जननी गे तूं दैवत
    उरलिस, तीही सांप्रत
गेलिस सोडुनि आम्हां दीन बालकांते!
अंतरले पाय तुझे हाय हाय माते!

कठिण जगीं या बघती छिद्र काक सारे
करुणेचें कोठेंही नसे लेश वारें
    तुझ्यासवें क्षमा दया
    प्रीतिहि गेली विलया!
    मदपराध घालुनियां
पोटीं, नुरलें कोणी प्रेम करायातें!
अंतरले पाय तुझे हाय हाय माते!

कष्ट दिले तुजला मीं फार फार आई!
त्यांची मजकडुनि फेड जाहली न कांहीं!
    दुर्भग मी असा असें

म्हणुनि दुःख वाटतसे
कंठ फार दाटतसे!
रडतों गुडघ्यांत म्हणुनि घालुनी शिरातें!
अंतरले पाय तुझे हाय हाय माते!

■

६०. फिर्याद

जाति : उद्धव

जिनें मला वेडा केलें　　　　तिच्यावरी ही फिर्याद! ध्रु.

ऋतु वसंत येउनि कुसुमीं　　　　उपवनास शोभा आली
कुंजीं मी बसलों एका　　　　हर्षित मम वृत्ती झाली
आली तों कोणी युवती　　　　त्या स्थळीं रूपगुणखाणी
चुम्बुनि मज गुणगुणली ती　　　　मधुर गीत माझें कानीं!
तल्लीन सवें मी झालों
विकलगात्र होउनि गेलों
निर्वाणीं पूर्ण बुडालों
नुरलीच जगाची याद!
जिनें मला वेडा केलें　　　　तिच्यावरी ही फिर्याद!

अंतर्हित झाली रामा　　　　भानावरि येतां कळले
विहरी मी पीडित झालों　　　　हृदयीं उत्कण्ठा-अनलें
ध्यास तिचा घेउनि फिरलों　　　　शून्य दिशा रानोमाळ
तिचेवरी गाणीं वेडीं　　　　गाइलीं क्रमाया काळ!
'पुरता न अनुग्रह करितां,
गेलीस कशी सुखसरिता?
धांव! करीं न दयाब्धि रिता!
ही तिला घातली साद!
जिनें मला वेडा केलें　　　　तिच्यावरी ही फिर्याद!

स्वप्नांतचि केव्हां भेटे　　　　नेते तों स्वर्गद्वारीं
लोटिते मागुती खालीं　　　　भूतलावरी अंधारीं!
तेणें मी विव्हल भारी　　　　संसारीं परि करमेना
धन न करीं, वणवण करितों, जम कोठें नीट जमेना!
तरि तिलाच चित्त ध्यातें
निद्रेविण रजनी जाते!

आप्तवर्ग म्हणती 'यातें
कुठली ही जडली ब्याद!'
जिनें मला वेडा केलें तिच्यावरी ही फिर्याद!

हीन दीन झालों छंदी फंदी मी तुझिया नादीं
त्यामुळें परी न मनाला घालितों कधींहि विषादीं
बूज तुवां या दासाची केली गे नाहीं अजुनी
दुःख हेंचि वाटे म्हणुनी गातसें अशी गाऱ्हाणीं!
तूंच चित्त आधीं हरिलें
मज आतां का दुरि धरिलें?
चिर चरण तुझे मीं स्मरले!
हो प्रसन्न नुरवीं खेद!
जिनें मला वेडा केलें तिच्यावरी ही फिर्याद!

■

६१. प्रतिभा

वृत्त : शार्दूलविक्रीडित

(सुनीत)

ती अल्पद्‌भुत गूढ शक्ति सहसा संचारतां अंतरी
मुक्तात्मा गगनीं उडे, बिथरतो इन्द्राश्व तें पाहुनी!
दैत्यांचें बल देवसत्त्वहि तसें अंगीं चढे त्या क्षणीं
सायुज्यत्व विराट पूरुष अहा! देतो स्वयें लौकरी

स्वान्तीं मण्डल जें हिरण्मय तधीं दिव्य प्रभा विस्तरी,
ज्याच्या पाजळिती अरांवरि सुखें देव स्वशस्त्रें जुनी;
येती दानव मोहुनी दुरुनि जें त्याचेकडे धावुनी,
तें नाशाप्रत पावती झडकरी तेथें पतंगांपरी!

पिण्डीं जाय विलोपुनी विरुनियां ब्रह्मांड हें सत्वर;
शब्दब्रह्म उचंबळून मग जें दाही दिशा व्यापितें,
त्याच्यांतून भविष्यवाद निघती, ऐकून तें सादर
ब्रह्म्यातें क्षमता नवीन-रचना-कार्य-क्रमीं लाभते!

देवांची जननी प्रसन्न जर का ही शक्ति कोणावर,
नाहीं यांत विशेष, तुच्छ जग हें त्यालागुनी वाटतें!

■

६२. प्रीतीची भाषा

वृत्त : शार्दूलविक्रीडित

होतों मी बसलों समीप रमणी एक दिनीं घेउनी
'कोणाची सखि! तूं?' म्हणोनि पुसलें लाडें तियेलागुनी,
तों माझ्या हृदयावरी निज शिरा प्रेमें तिनें ठेविलें
'कोणाची सखि! मी?' म्हणोनि म्हणतां मातें तिनें चुंबिलें

'माझें कोण?' पुसे, तिनें चढविला स्कन्धीं निजीं मत्कर
'तूझें कोण?' म्हणें, तधीं मज तिनें आलिंगिलें सत्वर
'माझ्याशीं नच बोलशी, तर तुझा मी नाहीं जा!' बोललों
तो अश्रू गळती तिचे टपटपां! मी फार पस्तावलों!

■

६३. गोफण केली छान!

जाति : दोहा

स्वहृदय फाडुनि निज नखरीं,
        चिंवट तयाचे दोर
काढुनि, गोफण वळितों ही
        सत्त्वाचा मी चोर!

त्वेषाचा त्या दोराला
        घट्ट भरुनियां पीळ,
गाठ मारितों वैराची
        जी न पीळ दवडील!

वैर तयांला, बसती जे
        स्तिमितचि आलस्यांत
वैर तयांला पोकळ जे
        बडबडती तोऱ्यांत!

वैर तयाला, वैरी जे
        त्यांच्या पायधुळींत
लोळुनि कृतार्थ होती जे
        प्राप्त तूपपोळींत!

वैर तयांला, पूर्वींच्या
        आर्यांचा बडिवार
गाउनि जें निज षंढत्वा
        मात्र दाविती फार!

वैर तयांला, थप्पड बसतां
        चोळिति जे गालांस,
वैर तयांला, जे गरिबी
        शिकवितात बालांस!

गाठ मारुनी वैराची
        गोफण केली छान;
कठिण शब्द या धोंड्यांनी
        करितों हाणाहाण

■

६४. मनोहारिणी

जाति : सृष्टिलता

तीच मनोहारिणी! जी ठसलीसे मन्मनीं! ध्रु.
सृष्टिलतेची कलिका फुलली
अनुपम, माधुर्यानें भरली;
जिच्या दर्शनीं तटस्थ वृत्ती
भान सर्वही विसरुनि जाती;
ती युवती पद्मिनी-जी ठसलीसे मन्मनीं!

निज गौरत्वें शशिकान्तीला
लज्जा आणीलच ती बाला
तल्लावण्यप्रभा चमकते
विजेहूनिही नेत्र दिपविते!
रूपाची ती खनी-जी ठसलीसे मन्मनीं!

'इच्या कुन्तलावरणाखालीं
तारका कुणी काय पहुडली?
उज्ज्वलता ही तरीच विलसे
भाळीं!' हा उद्‌गार निघतसे
ती तरुणी पाहुनी-जी ठसलीसे मन्मनीं!

'शीर्षीं निजल्या त्या तारेचे
किरण आगळे या रमणीचे
नेत्रांवाटें काय फांकती!'
उद्‌गारविते प्रेक्षकास ती
निज दृष्टिप्रेषणीं-जी ठसलीसे मन्मनीं!

गुलाब गालीं अहा! विकसले
आणि तेथ जें खुलुनि राहिले
विलक्षणचि-तें कंटक त्यांचे
सलती हृदयीं कामिजनांचे!

ऐशी ती कामिनी-जी ठसलीसे मन्मनीं!

मृदु हसतां ती मधुर बोलतां
प्रकट होय जी हृदयंगमता,
तीच्या ग्रहणा नयनें श्रवणें
सुरांचींहि वळतिल लुब्धपणें
ऐशी ती भामिनी-जी ठसलीसे मन्मनीं!

वक्षःस्थल पीनत्व पावलें
गुरुत्वहि नितंबीं तें आलें
तेणें सिंहकटित्व तियेचें
अधिकचि चित्ताकर्षण साचें!
विकल करी मोहिनी-जी ठसलीसे मन्मनीं!

बहराला नवयौवन आलें
ओथंबुनि तें देहीं गेलें
म्हणुनि पळाली बाल्यचपलता
गतिनें धरिली रुचिर मंदता
गजगमने शोभिनी-जी ठसलीसे मन्मनीं!

सौंदर्यें शलिन्यें पुतळी
ती रामायणमूर्तिच गमली,
उदात्त मृद्रा, गभीर चर्या,
यांही भारत खचिता वर्या
ती रमणी सद्गुणी-जी ठसलीसे मन्मनीं!

तिच्या दर्शनें मन उल्हासे
तिजविण सगळें शून्यचि भासे
म्हणुनी करुनी ध्यानधारणा
अन्तर्यामीं बघतों ललना
तीच मनोहारिणी-जी ठसलीसे मन्मनीं!

■

६५. हरपलें श्रेय

जाती : नभोरंग

(उदात्त बुद्धीला संसारांत राम नाही. अलौकिक असें जें कांहीं तिला पाहिजे असतें, तें तिच्या हक्काचें असून देखील, त्याच्या प्राप्तीकरितां तिला झुरत पडावें लागत नाहीं काय?)

त्रिखंड हिंडुनि धुंडितसें
न परि हरपलें तें गवसे! ।।धृ.।।

होत्यें अजाण माहेरीं
तों खेळ खेळल्यें परोपरी,
लुटूपुटीच्या घरदारीं
लटकीच जाहल्यें संसारी;
तेव्हांचें सुख तें आतां
खऱ्या घरींहि न ये हाता!

चुकचुकल्यापरि
वाटे अन्तरिं,
होउनि बावरि

निज श्रेय मी पाहतसें
न परि हरपलें तें गवसे!

प्राप्त जाहलें तें तुजला
तूं मागितलें जें देवाला
ज्याचें मोल तुवां दिधलें
तेंच तुझ्या पदरीं पडलें-

या वचनें चुकला सौदा-
उमगुनि हृदया दे खेदा!
दिलें हिरणमय,
हातीं मृण्मय;
हा हतविनिमय
परत मला मम मिळे कसें?
न परि हरपलें तें गवसे!

किरण झरोक्यांतुनी पडे
अणूसवें त्यांतून उडे
परोक्षविषयीं मन माझें
विसरुनियां अवघीं काजें;
हयगय त्यांची मज जाची
परि न मला पर्वा त्याची!

वेडी होउन
बसल्यें अनुदिन
एकच घेउन

मज माझें लाभेल कसे?
न परि हरपलें तें गवसे!

जेथें ओढे वनराजी
वृत्ति रमे तेथें माझी;
कारण कांहीं साक्ष तिथें
मग त्या श्रेयाची पटते!

म्हणुनी विजनीं मी जात्यें,
स्वच्छन्दें त्या आळवित्यें

स्वभास दावुनि
परि तें झटदिनिं
जाई लोपुनि

मग मी हांका मारितसें
न परि हरपलें तें गवसे!

भीडभाड माझी फिटली,
जग म्हणतें कीं 'ही उठली!'
जनमर्यादा धरुनि कसें
अमर्याद तें मज गवसे?
एक शब्द बोलेन जरी
सकलां कुण्ठित करिन तरी!

अशी आगळी
परी बावळी
आहे दुबळी;

कां कीं त्याविण सुचत नसे
न परि हरपलें तें गवसे!

स्वपतिचितेवरि उडी सती
संसृतिविमुखी घेई ती;
दीपशिखेवरि पतंग तो,
प्रेमें प्राणाहुति देतो;

मी न करिन का तेंवि तधीं
माझें मज लाभेल जधीं?
मजपासोनी
हाय! हिरोनी
नेलें कोणीं!

म्हणुनि जीव पाखडीतसें
न परि हरपलें तें गवसे!

■

परिशिष्ट

नाद, रूप, रस, भाव, ध्वनी वगैरे अनेक दृष्टींनी काव्यानंदाचा आस्वाद घेता येतो. रसिकांच्या अंत:करणात या सर्व दृष्टींचे सहजसुंदर संमेलन झालेले असते. पण रसिकतेची ही पातळी ज्यांना साध्य झालेली नसते, असे विविध वयांचे व दर्जाचे अनेक काव्यप्रेमी वाचक असतात. विद्यार्थिदशा हा काव्याची गोडी लागण्याला अत्यंत अनुकूल असा काळ होय. पण या वयाच्या अभ्यासकांना अनेका शब्दार्थांची आवश्यकता भासते. संस्कृत भाषेचे अध्ययन आता पूर्ववत होत नसल्यामुळे काव्याच्या बाबतीत तर ही गरज अतिशय तीव्रतेने जाणवू लागली आहे. अशा नवशिक्या काव्यप्रेमी अभ्यासकांसाठी पुढे शब्दार्थ व टीपा दिल्या आहेत. त्यांच्या साहाय्याने केशवसुतांच्या कवितेचा स्वतंत्रपणे आस्वाद घेणे त्यांना सुलभ जाईल, अशी आशा आहे.

विरामचिन्हांच्या दृष्टीने काव्याचे लेखन गद्यापेक्षा निराळ्या रितीने करण्याचा प्रघात आपल्याकडे रूढ होत चालला आहे. त्याचाच अवलंब या पुस्तकात केला आहे. मात्र अर्थदृष्ट्या दुर्बोधता उत्पन्न होऊ नये, म्हणून जरूर तेथे योग्य विरामचिन्हे उपयोजिली आहेत. स्वयंपूर्ण चरणापुढे आणि स्वभावत:च पूर्ण होणारा श्लोक किंवा कडवे यांच्या पुढे स्वल्पविराम किंवा पूर्णविराम ही विरामचिन्हे आवश्यक नसल्यामुळे घातलेली नाहीत.

कवितेचे वृत्त, जाति, छंद वगैरे गोष्टींचा सर्वसामान्य वाचकाला तादृश उपयोग करून घेता येत नाही. पण अभ्यासकाच्या दृष्टीने ती एक अत्यंत आवश्यक गोष्ट आहे. चालींच्या बाबतीत नवे नवे प्रयोग करून पाहणाऱ्या केशवसुतांसारख्या कवीचा अभ्यास करताना तर ती अधिकच महत्त्वाची ठरते. म्हणून प्रत्येक कवितेच्या प्रारंभी तिच्या वृत्ताचा अथवा जातीचा उल्लेख केला आहे.

■

शब्दार्थ व टीपा

१ कविता आणि कवि :

युवा = तरुण पुरुष; सुवृत्त = चांगले वृत्त, अनुरूप छंद; तदीय = त्याचा; रंग = रंगभूमी; पढीक बोल = पढविलेले शब्द, पोपटपंची; परिसणे = ऐकणे; भूयिष्ठ = पुष्कळ; मुद = मोद, आनंद.

२ प्रियेचे ध्यान :

भूत = झालेला, होऊन गेलेला; निशीथ = मध्यरात्र; मदाभास = माझा भास; स्वांग = स्वत:चे शरीर; उलणे = फाटणे, दुभंगणे; रति = प्रणयक्रीडा, प्रेमविलास; सुदती = सुंदर स्त्री.

३ अढळ सौंदर्य :

संभ्रम = धांदल, गडबड; रिझणे = आनंदित होणे; चोज = नवल, आश्चर्यकारक गोष्ट; खग = पक्षी.

४ दुर्मुखलेला :

विधि = दैव; भुवि = या जगात (मूळ शब्द भू = पृथ्वी); मस्तिष्कतंतु = मेंदूच्या शिरा; भीतरी = आत; व्योम = आकाश; वाङ्निष्यन्द = वाणीचा प्रवाह; धाणे = संतुष्ट होणे; आनन = तोंड.

५ एका भारतीयाचे उद्‌गार :

प्रतीची = पश्चिम दिशा; सुषुप्ति = झोप; अनवितथ = खोटे; युष्मद्‌गाने = तुमची गाणी; श्रुति = कान; द्युमणि = सूर्य; पंजर = पिंजरा.

६. एक खेडें :

मिजासी = नाजूक प्रकृतीचा; वारि = पाणी; रखाडी = राख; तुळणे = तुलना करणे; धरा = पृथ्वी; वर्तमान = वार्ता, बातमी; कदन = युद्ध, कत्तल; भास्कर = सूर्य.

७. गावी गेलेल्या मित्राची खोली लागलेली पाहून :

शक्त = समर्थ; चेतस् = मन.

८ मुळामुठेच्या तीरावर :

अंजलि = ओंजळ; सरिता = नदी; सजणी = सखी; वन्य = रानातली; अलक = केस.

९ गोष्टी घराकडिल :

रोमंथ = रवंथ; फलक = फळा; चेतोनिबद्ध = मनाशी संलग्न असलेल्या; पवन = वारा; सूक्त = स्तोत्र (मूळ अर्थ वेदांतातील ऋचांचा समूह); पायठाण = पायरी; माचा = रुंद लाकडी खाट; पदयुग = पावले (युगे = जोडी); चपलधी = हुशार (धी = बुद्धी); दिवटी = लहान मशाल; दिवटी धरणे = दिवटीच्या उजेडाने मार्ग दाखविणे; मदीय = माझा; पघळ = विस्तृत, ऐसपैस; अवलोकिणे = पाहणे; स्वसा = बहीण; स्तवणे = प्रार्थना करणे; त्वदीय = तुझा; कान्ता = पत्नी; बापू = केशवसुतांचे एक धाकटे बंधू- सी. के. दामले; बुधवारवन = केशवसुतांच्या काळी पुण्याच्या बुधवारचौकात असलेली बाग; चतरशिंगी = पुण्याला लागून असलेली चतु:शृंगीची टेकडी. या टेकडीवर त्याच नावाची देवी आहे; वळणे = केशवसुत पुण्याला शिकत असताना त्यांचे वडील कोकणात या गावी राहत होते; खासगीवालियांचे घर = खासगीवाल्यांचा वाडा. केशवसुत पुण्यात राहत असलेली जागा.

१० आगबोटीच्या काठाशी उभ्या राहिलेल्या एका तरुणीस :

वरतनु = अतिसुंदर; अब्धि = समुद्र; क्लृप्ति = कल्पना; अनवरत = न थांबता, सतत; द्युतिपति = सूर्य; अरुणपणा = तांबडेपणा, लाली; वनिता = स्त्री; विदेश = परदेश; राग = प्रीती; शैल = पर्वत; त्रिदश = देव; ललना = विलासिनी स्त्री; केलि = क्रीडा; अमर = देव; मिथुन = जोडपे; अनपकृत = इतर गोष्टींचा उपद्रव नसलेली; आकाशोदधि = आकाशरूपी समुद्र; निचय = समूह; अभिमत = प्रिय,पसंत; अनय = अन्याय; प्लुति = उडी; अनलनौका = आगबोट; प्रभव = मूळ कारण, उगमाचे स्थान; सलिल = पाणि; मानुष = मानवी; फणिपति = सर्पांचा राजा, शेष; प्रवाल = पोवळे; रदन = दात; पयोदेवी = जलदेवता; कुशली = सुखी; बालार्कसुषमा = उगवत्या सूर्याची शोभा; तिरम = तिरमी, उन्हाची झळ; जवपवन = वेगवान वारा; देवझषक = देवमासा; मघवा = इंद्र; चाप = धनुष्य; प्रवर = श्रेष्ठ; खल = दुर्जन; विवर = गुहा, बीळ.

११ अंत्यजाच्या मुलाचा पहिला प्रश्न :

अंत्यज = अस्पृश्य, हरिजन; पथ = माग; विप्र = ब्राह्मण; ठेला = उभा राहिला; यष्टिका = काठी; तधी = तेव्हा.

१२ प्रीति मिळेल का, हो :

मात = गोष्ट; चार = विशिष्ट गोष्ट किंवा कृती; उपचार = पूजेतील

प्रकार, आदरसत्काराची सामग्री.

१३ मजुरावर उपासमारीची पाळी :

धार = क्षितिजाची काळी रेषा; देव = सूर्य; मावळत = पश्चिम दिशा.

१४ विकसन :

स्वेद = घाम; तदीय = तिची; भेण = भय, भीती.

१५ समृद्धि आणि प्रीति :

द्वीप = बेट; शकल = तुकडा, भाग; सरित्पति = समुद्र; इंदिरा = लक्ष्मी; कांचन = सोने; आयु = आयुष्य, जीवन; अंतुरी = पत्नी; शाब्द = शाब्दिक; अवशेष = उरलेला भाग; पौरुष = पराक्रम; वाकण = वळण; निरय = नरक.

१६ - प्रत

१७ भृंग :

तिमिर = अंधार; अस्मदीय = आमचा; कूस = कुसळ; अलि = भुंगा; परिमल = सुगंध; चारुता = सौंदर्य.

१८ माझा अंत :

स्मर = मदन; कंटक = काटा; निधान = साठा, खजिना.

१९ सृष्टि, तत्त्व आणि दिव्यदृष्टि :

प्राची = पूर्वदिशा; प्रावरणे = पांघरणें; पश्यात्रास्मि = पाहा, मी येथे आहे!; भो! कुत्रासि? = अरे, तू कुठे आहेस?; कुत्राप्यास्मिच सर्ववस्तुषु = मी कुठेही आहे, सर्व वस्तूंत आहे; जधी = जेव्हा; वोपणे = हाणणे, मारणे.

२० स्वर्ग, पृथ्वी आणि मनुष्य :

क्षिति = पृथ्वी; ईक्षण= पाहणे, बघणे; वितरणे = देणे; गंधवती = पृथ्वी; अवथिणे = इच्छिणे, योजणे; क्षमस्व = क्षमा कर; अंतर = मन, हृदय.

२१ सिंहावलोकन :

दृग् = दृष्टी; रुचिर = सुंदर; तटिनी = नदी; आस्पद = स्थान; धवलिता निशा = शुभ्र झालेल्या रात्री, चांदण्या रात्री; हंत = अरेरे; प्रमाद = मोठी चूक, अपराध; तमिस्र = अंधार; धृति= धैर्य.

२२ दिव्य ठिणगी :

यान = वाहन; उद्धर = वर नेणारे; द्युति = प्रकाश, तेज.

२३ कर्तव्य आणि प्रीति :

स्वन = आवाज; विपिन = वन, रान; निलय = स्थान, जागा; माल्य =

माळ, पुष्पमाला.

२४ कल्पकता :

आवर्त = चक्राकार भ्रमणगति; सुधी = बुद्धिवान; कुटिला = वाकडी, वक्र; केतु = धूमकेतू.

२५ कवि :

रव = ध्वनी, शब्द; सवे = तात्काळ.

२६ पुष्पाप्रत :

सौकुमार्य = कोमलपणा; डवरणे = खाली लोंबणे, उतरणे; भास्वान् = सूर्य; मरुत् = वायू; आंदोलन = झोका, दरा = दरी.

२७ शब्दांनो, मागुते या :

ग्रथित = गुंफलेले, रचलेलें; हरितता = हिरवेपणा; मेघालि = मेघमाला; नूतन = नवीन.

२८ दिवा आणि तारा

२९ मयूरासन आणि ताजमहाल :

सा = सहा; स्मर्तव्य = स्मृतिशेष; तुष्टि = समाधान.

३० चिरवियुक्ताचा उद्गार :

सूतिक्लेश = प्रसूतीच्या वेदना; अनन्तर = नंतर, आविष्कृति = स्पष्ट करून दाखविणे; मोक्षकाल = ग्रहण सुटण्याची वेळ; कौमुदी = चांदणे; विपत्समाकुल = संकटांनी भरलेले; ज्वलन = अग्नी.

३१ संध्याकाळ :

मस्तिष्कपिंड = डोके; गवाक्ष = लहान खिडकी.

३२ क्षणात नाहीसे होणारे दिव्य भास :

निर्वाण = मोक्ष, सायुज्यप्राप्ति; अन्तर्हित होणे = अंतर्धान पावणे, अदृश्य होणे.

३३ तुतारी :

अवकाश = पोकळी, रिकामी जागा; पडसाद = प्रतिध्वनी, वाचाळ = बोलका; हतवेला = दुर्दैवी वेळ; अवडंबरणे = गर्दी करणे (मूळ अर्थ अवडंबर रचणे, मोठा देखावा निर्माण करणे); भूधर = पर्वत; विशंक = नि:शंकपणे; निर्घृण = निर्दय; स्वार्थनपेक्ष = स्वार्थाची अपेक्षा न करता, स्वार्थाकडे पाठ फिरवून.

३४ झपूर्झा :

व्यर्थ = निरर्थक; पिसा = वेडा; ज्ञात = ठाऊक असलेले; चित् = चैतन्य, आत्मा; चपला = वीज; सनदा = खरा हक्कदार; पुरुष =

चैतन्य, ज्ञाता, जाणणारा माणूस; प्रकृती = जड सृष्टी, पदार्थपात्राचा मूळधर्म, मूळस्वभाव किंवा मूळस्थिती; वाडेकोडे = मोठ्या आवडीने; खपुष्प = आकाशाचे फूल.

३५ थकलेल्या भटकणाराचे गाणे :

आढ्य = संपन्न, ताठ्याने भरलेले; लभ्य = मिळण्याजोगे; कंडन = धडधड (मूळ अर्थ कांडणे).

३६ कवितेचे प्रयोजन :

हाट = बाजार; खेदोर्मि = दु:खाच्या लाटा; कालक्रीडित = काळाचा खेळ; व्यस्त = विपरीत, विचित्र; दुर्विधिवशे = दुर्दैवाने; अहि = साप; सरसे = पुढे, अग्रभागी.

३७ दोन बाजी :

कदर = धाक, वचक, दरारा; स्नेह = (१) तेल, (२) मैत्री; भट = (१) शूर सैनिक, (२) भिक्षुक; नगरभवानी = वेश्या; दौलतजादा करणे = नाच्या पोराशी अगर कलावंतिणीशी भर सभेत शृंगारचेष्टा करणे.

३८ दिवस आणि रात्र :

उर्वी = पृथ्वी.

३९ दवाचे थेंब :

हिमकण = दवबिंदु; तनय = मुलगा.

४० स्फूर्ति :

द्यावापृथ्वी = स्वर्ग व पृथ्वी; व्योम = आकाश; उडु = नक्षत्र; तरफ = जड पदार्थ हलविण्यासाठी त्याच्याखाली पहार, इ. सारखा घातलेला दांडा; शीर्ष = डोके; सत्त्व = प्रत्येक वस्तूत असलेला सद्‌गुण; स्तिमित = स्थिर, जड.

४१ रांगोळी घालताना पाहून :

गोमय = गाईचे शेण; संमार्जिणें = सारवणे, झाडून स्वच्छ करणे; गोष्पद = गाईचे पाऊल; मदभ्यन्तरी = माझ्या अंत:करणात; सुभगा = भाग्यशाली स्त्री; आदित्य = सूर्य; सारस = कमळ; उपचारिका = आदरसत्कार करणारी; कृती = धन्य; कल्मष = पाप; साकडे = संकट; आर्या = आदरणीय स्त्री.

४२ मूर्तिभंजन :

चाड = जरुरी, गरज; खळी = खड्डा, खाच.

४३ रुष्ट सुंदरीस :

वीक्षण = पाहणे; श्रमसाकल्ये = अत्यंत परिश्रमाने; आभरण = दागिना;

असाधारण = असामान्य, मौल्यवान; दुर्भग = दुर्दैव; न्यून = उणीव, वैगुण्य; निवटणे = नष्ट होणे (मूळ अर्थ फुटण्याच्या बेतात असणे); अनवद्य = निर्दोष, चांगले.

४४ फार दिवसांनी भेट :

ग्रंथि = गाठ, बंधन.

४५ नवा शिपाई :

आखडणे = संकुचित करणे; मंडूक = बेडूक; तृणावृत = गवताने झाकलेली; नीलांबर = निळे आकाश; संपुष्टात आणणे = नष्ट करणे; केंद्र = मध्यबिंदु; प्रेषित = दिव्य शक्तीचा संदेश सांगणारी व्यक्ती.

४६ पद्यपंक्ति :

अध्याहृत = सूचित, प्रत्यक्ष प्रकट न केलेले.

४७ प्रणयकथन :

अगरू = चंदन; वळघा घेणे = झटून पडणे; मधुपर्क = दही, मध, इत्यादी समर्पण करून केलेले आदरातिथ्य; पर्याप्ति = समावेश; जडातीत = जडाच्या पलिकडील; शुक्ति = शिंप; स्फीति = मोठेपणा, प्रतिष्ठा.

४८ नैर्ऋत्येकडील वारा :

अर्धोन्मीलित = अर्धवट उमललेले; जव = वेग; तुंग = उंच; अद्रीय = पर्वत; नितान्त = अत्यंत, पुष्कळ; राहटी = झाडी; पाईर = पिंपळासारखी पण जरा लांबट पाने असलेला एक वृक्ष; अवसर = वेळ; शैशव = बाळपण; मातामह = आईचे वडील; संस्पृह्य = फार सुंदर, स्पृहणीय; वार्राशि = समुद्र; ताण्डव = नृत्य; शूल = सूळ; आरोपण = चढविणे; यूप = खांब.

४९ निशाणाची प्रशंसा :

पटखंड = कापडाचा तुकडा; अवजार = शीड; देवायतन = देऊळ; रंडागीत = वाईट काव्य (मूळ अर्थ विधवेच्या शोकासारखे गाणे.)

५० वातचक्र :

उलगणे = संपणे; पर =पिसे; निजधाम = आत्मस्वरूप, आत्मतेज; द्रुम = वृक्ष.

५१ सतारीचे बोल :

खंत = मानसिक दु:ख; विमनस्कपणे = शून्य मनाने, बधिर वृत्तीने; भैरव = भयंकर अथवा भीतिप्रद स्थिती; तोय = पाणी; विभूति = ईश्वरांश, प्रत्येक व्यक्तीच्या ठिकाणी असलेली आत्मशक्ती; अखिल = सर्व; अतीत होणे = पलीकडे जाणे; सुरांगना = अप्सरा; धरित्री = पृथ्वी.

५२ कोणीकडून? कोणीकडे? :

अवशिष्ट = शिल्लक राहिलेले; तूस = तुसळ, कोंडा, भूस; बुद्‌बुद् = बुडबुडा; स्वधाम = स्वत:चे निवासस्थान, आत्मस्वरूप.

५३ फुलपाखरू :

पराग = फुलांतील रज:कण; मुग्धा = तरुण स्त्री; पुष्पपतंग = फुलपाखरू; खर = प्रखर.

५४ दिवाळी :

दुर्दिन = अभ्रे आलेला दिवस, वाईट दिवस; सस्य = धान्य, उभे पीक; अनर्घ्य = बहुमोल, अतिशय किमतीचा; तिलक = तीळ, टिळा; गोपाळ = गुराखी; कृषीवल = शेतकरी; अंकित = चिन्हित, खूण असलेले; श्रीमंडित = ऐश्वर्यसंपन्न; वीथी = रस्ता; भूषा = अलंकार; विश्राम = विसावा; दुहिता = मुलगी; श्वशुरालय = सासुरवाडी; गेह = घर; वानगी = नमुना, मासला; भौमचतुर्दशी = नरकचतुर्दशी; सौगंधिक = सुगंधी द्रव्य; कदलीदल = केळीचे पान; घृत = तूप; गोधूम = गहू; प्रदोष = सायंकाळ, सूर्यास्तानंतरच्या दोन घटिका; अर्चणे = पूजा करणे, दार्ढ्य = दृढता, बळकटपणा; वासर = दिवस; उन्मन = उन्मनी अवस्थेत (या अवस्थेत वृत्ती मायेच्या उपाधीपासून मुक्त होऊन ब्रह्माच्या ठिकाणी लीन होते) असलेला, तंद्रीत असलेला.

५५ म्हातारी :

सुता, वत्सा = मुलगी; अजरामर = जन्म आणि मरण नसलेले; परोक्ष = अदृश्य जग, डोळ्यांनी न दिसणारे जग.

५६ आम्ही कोण? :

बडिवार = वैभव, डौल; पाणिस्पर्श = हाताचा स्पर्श; सत्त्व = सारभूत अंश, तत्त्वांश; निके = पूर्ण, सर्व; शरण्य = संरक्षक, आश्रय देण्यास लायक; तारांगण = नक्षत्रमंडळ.

५७ घुबड :

श्यामा = काळी; वेत्र = राजदंड (मूळ अर्थ हातातील काठी); बन्दीजन = भाट; दयिता = पत्नी, प्रियतमा; अदृष्ट = प्राक्तन, प्रारब्ध, निर्विण्णपणा = खिन्नता; टेंभा = पलिता, दिवटी.

५८ स्मरण आणि उत्कण्ठा :

सारिका = साळुंकी, मैना; शुक = पोपट; जातिलता = जाईची वेल; सहकार = आम्रवृक्ष; पुष्करिणी = लहान तळे (विशेषत: कमळे असलेले); तरी = नौका.

५९ आईकरिता शोक :

तीर्थरूप = प्रत्यक्ष तीर्थच अशी मूर्ति; पादरज = पायधूळ; दुर्भग = दुर्दैवी.

६० फिर्याद :

विकल = असमर्थ; अनल = अग्नी; अनुग्रह = कृपा; बूज करणे = परामर्श घेणे, योग्यता जाणून आदर दाखविणे.

६१ प्रतिभा :

सायुज्यत्व = एकरूपता; विराट पुरुष = विश्वव्यापी ईश्वरस्वरूप; स्वान्ती = स्वत:च्या अंत:करणात; हिरण्मय = सोन्याचे; अरा = चाकाच्या मध्यापासून धावेपर्यंत जाणारे दांडे; पिण्ड = व्यक्ती, शरीर; क्षमता = सामर्थ्य.

६२ प्रीतीची भाषा

६३ गोफण :

नखर = नख.

६४ मनोहारिणी :

पद्मिनी = सुंदर स्त्री; गौरत्व = गोरेपणा; कुंतल = केस; आवरण = आच्छादन; आगळा = निराळा, श्रेष्ठा; दृष्टिप्रेषण = दृष्टिक्षेप, कटाक्ष; पीन = पुष्ट; नितंब = कमरेच्या खालचा भाग; वर्या = श्रेष्ठ.

६५ हरपलें श्रेय :

श्रेय = शुभ, कल्याणकारक गोष्ट; मृण्मय = मातीचे; विनिमय = देवघेव; विजन = एकांत, निर्जन जागा; संसृतिविमुखी= संसाराकडे पाठ फिरविलेली; शिखा = ज्योती.

■

काव्यज्योती

संपादक

भ. व्यं. देशमुख

परिचय-लेखक

वि. स. खांडेकर

'...शिक्षक आणि पालक या दोन्ही नात्यांनी मला नेहमी असे वाटत आले आहे, की दहा ते पंधरा वर्षांच्या मुलामुलींच्या मनांवर कोमल कल्पनांचे आणि उदात्त भावनांचे जेवढे संस्कार करता येतील, तेवढे समाजाने आवर्जून केले पाहिजेत. जीवनधर्माची जाणीव अंतःकरणात लहानपणी न मुरल्यामुळे आजचे जग शांतीसुखाला पारखे झाले आहे. ती दुर्लभ शांती सामान्य माणसांच्या अंतःकरणातील मानवतेची भक्ती पाहूनच पुन्हा या जगात अवतार घेईल.

अशी भक्ती लहान मुलांच्या मनात निर्माण करण्याची साधने दोनच आहेत उत्कृष्ट आणि उदात्त काव्य; व रामायण, महाभारत, बायबल यांसारखे ग्रंथ! या संग्रहातल्या प्रत्येक कवितेत असे काही तरी अंतःकरणाला विशाल करणारे, मनावरली काजळी झाडून टाकणारे, आत्म्याच्या सुप्त सामर्थ्याला आवाहन देणारे भरले आहे, असे वाचकांना आढळून येईल.

अंधारात तारका पाहून मनाला धीर येतो ना ? जीवनमार्गावरल्या प्रवाशाला 'काव्यज्योती'तल्या अनेक कविता तशाच वाटतील.'

- वि. स. खांडेकर